పసందైన బాలల కథలు

రచన:

మంత్రిప్రగడ మార్కండేయులు

పసందైన బాలల కథలు

INDEX

(మంత్రి ప్రగడ మార్కండేయులు)

MANTRI PRAGADA

MARKANDEYULU, Litt·D·,

Poet, Novelist, Song and Story Writer

B. Com, DBM, PGDCA, DCP,

(Visited Nairobi-Kenya, East Africa)

➢ The State of Birland (Birland Government–Bir Tawil) Representative at Hyderabad-India

• 2021 GOLDEN EAGLE WORLD AWARD WINNER FOR LITERARY EXCELLENCE, HISPAN WORLD WRITERS' UNION (UHE), Peru

• Gujarat Sahitya Academy and Motivational Strips LITERARY EXCELLENCE Honour on the occasion of 75th India's Independence Day

• *Honoured with "A Royal Commemorative Peace and*

Humanity Award" by the "Royal
Kutai Mulawarman Peace
International Institute, Philippines"

- *Royal Success International Book
  of Records 2019 Honour,
  Hyderabad-India*
- *Institute of Scholars (InSc)
  Research Excellence Award-2020,
  Bangalore (India)*
- *Gujarat Sahitya Academy and
  Motivational Strips 2020 Honour,
  Gujarat-India*
- *Hon. Doctorate in Literature from
  ITMUT, Brazil. (2019)*
- *Literary Brigadier Honour (2018)
  from Story Mirror, Mumbai, India*
- *Spotlight Superstar Honour (2018)
  from Story Mirror, Mumbai, India*
- Golden Ambassador General for
  Development and Peace at World
  Peoples Forum @ TWPF/BTYA,
  Bangladesh
- State of Birland at Bir Tawil
  Recognized Poet
- RKMPII Nobility Award 2021
- RKMPII HEART OF GOLD
  NOBLES Honour Certificate 2021
- ISFFDGUN Internationally
  Accredited Certificate 2021.

- *Dr. Sarvepalli Radhakrishnan Ratan Award 2021 – WHRC Honour*
- *Mahatma Gandhi Humanity Award 2021 – WHRC Honour.*

ADDRESS:

Plot No. 37, H. No. 1-6-53/1,
ANUPURAM, ECIL Post,
Hyderabad -500062
Telangana State (INDIA)
Email:
mrkndyl@gmail.com
mantri73@yahoo.com
Twitter: @mrkndyl68
Phone Nos.
+91-9951038802
Twitter: @mrkndyl68

DEDICATION

I am dedicating this book to Late Shri M.S Rao and Late Mrs.MK Durgamba, my father and Mother, as a token of remembrance and gratitude in bringing me up to this stage as an Author, Writer, Poet, Song and Story Writer. I Pray the Almighty to give Peace to their Souls. May their Souls be Rest in Peace wherever they are? If my Parent's Souls took reincarnation on Earth Planet again, May God Bless them.

****

<u>ACKNOWLEDGMENTS</u>

I hereby acknowledge Mrs. M. Shobha Devi, my wife, my Son MKS Srinivas and Daughter-in-Law Mrs. M. Vasavi Ramaya, my Brother-in-Law and Sister Mr. Nanduri Sairam and Mrs. Seetha Mahalakshmi for providing me substantial support, motivation and encouragement in my approach towards preparing my books for publication level.

I owe them my sincere gratitude in extending all-out support to me whenever I was having doubts in my work-outs and their timely clarifications which lead to solvation of various aspects in my subject.

Without the support, help and encouragement from all the above people, I can say my projects never have been published. I thank and acknowledge once again all the people for their sincere efforts made and supported me in all my Books publishing projects. Thank you one and all.

****

గణేష్ ప్రేయర్

శుభకరం, జయకరం
అధిపతిమ్, అద్భుతం
అతిముదం, ప్రియకరం
గణపతిం శ్రీకరం//

ప్రథమ పూజ్యప్రదం
అతుల శక్తి ప్రధం
అభయ వర ప్రధం
పరమ పుణ్య ప్రధం
గాన లోలప్రియం
గౌరీ పుత్రమ్ భజే

ఓం శివా! మహాదేవా తో నమః
కైలాసవాసాయ మహేశ్వరాయ

పార్వతీ వల్లభాయా గాంగఝుటాధరాయా
కాశీవిశ్వేశ్వరాయా నమఃశివాయ

త్రినేత్ర రూపాయ త్రిశూలధరాయ
భుజంగ భూషాయ కపాలధరాయ
శ్రీనీల కంఠాయ దిగంబరాయా
శ్రీ మంజునాథాయ గంగాధరాయా.! ఓం శివా!

సర్వలోక రక్షకాయ సర్వ దోష భక్ష కాయ
పాప నివారణాయా రుద్ర తాండవాయా
కాళహస్తీశ్వరా యా కపాలీశ్వరాయా
శ్రీ శైలం నివాసాయా నమో నమః శివాయా

గౌరీ పతయే గణపతి పితయే
మంగళ పతయే కుమార పితయే
చర్మాంబరధారి భస్మాంబరధారి
రుద్రాక్షధారీ నమో నమః నమో నమః నమో
నమః

======

ABOUT THE AUTHOR:

Mantri Pragada Markandeyulu, Bachelor of Commerce (B Com), Diploma in Business Management (DBM), Post Graduate Diploma in Computer Applications (PGDCA), Diploma in Computer and Commercial Practice (DCCP) is the Author and Writer.

He has written English Lyrics for making fully composed tunes to Songs, around 155 songs (lyrics) + 330 Quotes in English (each Quote is in 8-10 lines). Also, he has written 400 Micro Poetry. He too has written Hindi Song Lyrics 35 and Telugu Song Lyrics 45 and all are useful and utility for Movies/TV serial purpose and also for making Song and Music Album. 25 Stories in English. 200 Sayings.

He is a retired Officer from PSU and a permanent resident of Hyderabad-500062 Dist: Rachakonda, (TS) India.

శ్రీమతి నండూరి సీతాసాయిరాం **M.A.,**

Worked as a Telegu teacher for 30 years in reputed schools.
Hobbies: Music, writing articles and stories for children.

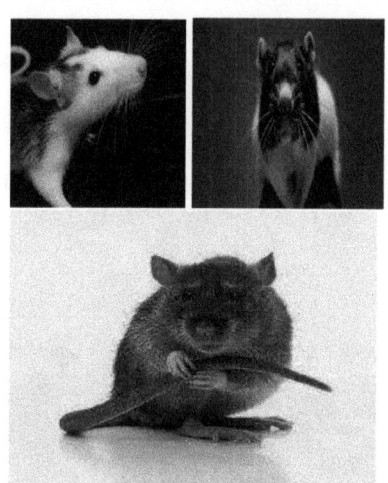

1)ఎలుక పెళ్లి

నీతి:

ఎవరూ ఎవరి రూపు రేఖల్ని మార్చలేరు.

ఎవరూ ఎవరి బుద్ధులను మార్చలేరు.

దేవుడిచ్చిన జీవితాన్ని ఎవరూ మార్చలేరు.

జీవితం ఒక వరం.

మనిషైనా, జంతువైనా, క్రిమికీటకాదులైనా దేవుడు చేసిన రూపు రేఖలను మరియు బుద్ధులనూ ఎవరూ మార్చలేరు.

పాతరోజులలో, ఒక రోజు ఒక సాధువు ఒక నదిలో స్నానం చేస్తూ దేవుడిని ప్రార్థిస్తూ ఉంటాడు.

నదిలోఉండి చేతుల్లో కొన్ని నీళ్లను కొంచం కొంచంగా ధారా పోస్తుంటాడు.

ఆ సమయంలో ఆకాశంలోంచి ఒక చిట్టి ఎలుక తన చేతిలో పడింది.

అప్పుడు ఈ సాధువు అనుకున్నాడు, ఏమని అంటే, నాకు దేవుడు ఈ ఎలుకని ఇచ్చాడు.

నేను పెంచుకుంటాను.
అని అనుకుని ఈ ఎలుక పిల్లని ఒక అందమైన ఆడపిల్లగా మార్చి పెంచుకున్నాడు.

ఈ అమ్మాయి పెరిగి పెద్దఅయింది.
చాలా అందంగా తయారైంది.
పెళ్లీడు వచ్చింది.

ఈ సాధువు పెళ్లి చేయడానికి నిశ్చయించుకున్నాడు.
అప్పుడు సాధువు తన అందమైయిన కూతురిని అడిగాడు.
ఏమమ్మా, నా చిట్టి తల్లీ, నీవు పెళ్లి చేసుకుంటావా.
చాలా సంబంధాలు వస్తున్నాయి.
నీవు సరే నంటే నా పెళ్లిళ్ల జాబితాలో కొంత మంది పెళ్లికొడుకులు ఉన్నారు.

అపుడు ఈ అందమైయిన కూతురు సరే అన్నది.

సరేనని ఈ సాధువు సూర్యదేవుడిని పెళ్లి చేసుకుంటావా తల్లీ.

నీవు సరేనంటే నేను సూర్య భగవానునితో మాట్లాడుతానని అన్నాడు.

అప్పుడు తన అందమైయిన కూతురు, ఇలా అన్నది.

తండ్రీ, సూర్యుడు చాలా వేడిగా ఉంటాడు.

ఆయన మొహాన్ని నేను చూడలేను.

చాలా భయంకరంగా భగ భగా మండుతుంటాడు.

గాలి దేవుడు కూడా ఈ సాధువుని అడుగుతాడు.

మీ అమ్మాయిని నేను పెళ్లి చేసుకుంటాను అని.

సాధువు అడుగుతాడు తన కూతురిని.

చిట్టి తల్లీ, గాలి దేవుడిని పెళ్లి చేసుకుంటావా.

అప్పుడు ఈ సాధువు కూతురు అంది.
తండ్రీ, గాలి దేవుడికి ఒక ప్లేస్ అంటూ ఒక చోట నిలువుగా ఉండలేదు.

కాబట్టి నేను గాలి దేవుడిని పెళ్లి చేసుకోను, అన్నది కూతురు.

ఇంకొకసారి, కొండ వచ్చి సాధువుని అడిగింది.
ఓ సాధువా మీ అమ్మాయిని నేను పెళ్లి చేసుకుంటాను.
మీ అమ్మాయికి సమ్మతమేనా, అని.
అప్పుడు ఈ అందమైయిన అమ్మాయి అన్నది, నాన్నా నేను ఈ సంబంధం కూడా ఒప్పుకోను.
నాకు ఇష్టంలేదు.
కొండకు గుండె ఉండదు.
మృదువైన ఆలోచన ఉండదు.
చాలా కఠినంగా ఉంటుంది, ఈ కొండ దేవుడు.

మరియు ఈ కొండ చాలా ఖఠినగా, గుండె చాలా కొండలాగా ఉంటుంది.

అప్పుడు సాధువు అడిగారు తన కూతురిని.
ఏమమ్మా, చాలా పవిత్రమైన దేవుళ్ళని నీవు పెళ్లి చేసుకోవడానికి నిరాకరించావు.
నీవు ఎవరిని పెళ్లిచేసుకుంటావు చెప్పు తల్లీ, అన్నాడు సాధువు.

అప్పుడు ఆ అమ్మాయి చెప్పింది.
నాకు సాఫ్ట్ భర్త సున్నితమైన భర్త కావాలి.
నాతో ఆడుకుని నేను గెంతులేసేలా ఉండాలి.
నేను డాన్స్ చేస్తే నాతో డాన్స్ చేసేలా ఉండాలి, అన్నది తన తండ్రితో.

సాధువు అనుకున్నాడు.
ఓహో, అలాగా అని అనుకోని తన కూతురికి ఒక ఎలుకను చూపి నీ

కిష్టమేనా తల్లీ ఈ ఎలుకని పెళ్లి చేసుకుంటావా, అన్నాడు.
తండ్రి అయినటువంటి సాధువు రెండు మూడు సార్లు అడిగాడు.

అప్పుడు ఈ కూతురు అంది.
అవును తండ్రీ, నేను ఎలుకని పెళ్లిచేసుకుంటాను.

అప్పుడు సాధువు నవ్వుకుని, సరేనమ్మా అని, తన కూతురిని మళ్ళీ ఎలుకలాగా మార్చి పెళ్లి చేసాడు.

అప్పుడు ఈ రెండు ఎలుకలూ ఆడుతూ పాడుతూ డాన్స్ చేస్తూ ఒక రంధ్రంలోకి వెళ్లి హాయిగా వున్నాయి.

<u>నీతి:</u>

ఎవరూ ఎవరి రూపు రేఖల్ని మార్చలేరు.
ఎవరూ ఎవరి బుద్ధులను మార్చలేరు.

దేవుడిచ్చిన జీవితాన్ని ఎవరూ మార్చలేరు.

జీవితం ఒక వరం.

మనిషైనా, జంతువైనా, క్రిమి క్రీడాదులైనా దేవుడు చేసిన రూపు రేఖలను మరియు బుద్ధులనూ ఎవరూ మార్చలేరు.

====

2) తెలివికల కోతి - ముసలి

నీతి:

నక్క జిత్తుకల మిత్రులను నమ్మరాదు.

మోసం చేసే మిత్రతులను నమ్మరాదు.

మోసం చేసే మిత్రులను ముందే తెలివితో గమనించాలి.
మోసానికి బలికాకూడదు.
ఈ కథ ఒక కోతి ముసలి కథ.
గుంటనక్క యోచనగల మొసళ్లను, క్రూర జంతువులను పెంచరాదు.
నమ్మరాదు.
విశ్వసించరాదు.
అతి జాగ్రత్తగా ఉండవలెను.

ఒక కోతి రేగిపండ్ల చెట్టు మీద నివసించేది.
ఈ చెట్టు ఒక చిన్న అడవిలో వుంది.
ఈ కోతి ఎప్పుడు రేగిపండ్లు తింటూ నివసించేది.
ఈ రేగిపండ్ల చెట్టు ఒక నది అంటే చెరువు దగ్గరగా ఉంది.

ఈ చెరువులో ఒక ముసలి నివసిస్తూ ఉండేది.

ఈ కోతి మరియు ముసలి స్నేహితులు, మరియు చాలా కాలంగా మిత్రులు.
ఈ కోతి కొన్ని రేగి పండ్లని ఈ చెరువులో ఉన్న ముసలికి ప్రతీ రోజు వేసేది.

మళ్ళీ, ఈ కోతి అనేది, ఓ ముసలి మిత్రమా, నువ్వు కొన్ని పండ్లని తిని, కొన్నిటిని నీ భార్యకు తీసుకొని వేళ్ళు.

ఈ పండ్లను ముసలి తన భార్యకు ఇవ్వగా అవి తిని చాలా బాగున్నాయి అని చెప్పింది.

చాలా తీయగా కూడా వున్నాయి, అని నోరు చప్పరించేది.

ఇంకా ఈ భార్యామణి ఏమన్నదంటే, ఈ పండ్లే ఇంత రుచిగా తీయగా ఉన్నాయంటే, మీ మిత్రుడు అయినటువంటి కోతి గుండె మరియు హృదయము ఎంత తీయగా ఉంటుందో అని ఆశ్చర్యపోయింది.

ఒకరోజు, ముసలి యొక్క భార్యామణి ఏమన్నదంటే, నేను ఈ కోతిని తినాలి అనుకుంటున్నాను.

కానీ ముసలి ఏమన్నదంటే, ఈ కోతి నా మిత్రుడు.

కానీ ముసలి యొక్క భార్యామణి ఏమందంటే నాకు కావాలి ఆ కోతి. అని మారాము చేసింది.

ఇంకనూ, ముసలి యొక్క భార్య ఒక ప్లాన్ వేసి తన భర్త అయిన ముసలికి చెప్పింది.

ఇలాచెప్పు మీ మిత్ర కోతికి.

ఒకసారి మన ఇంటికి భోజనానికి

రమ్మను.

నువ్వు ఈ కోతిని భుజం మీద తీసుకునిరా, అన్నది, ముసలియొక్క భార్యామణి.

మరునాడు ఈ కోతి దగ్గరకు ముసలి వచ్చి, మిత్రమా నీవు మా ఇంటికి

వచ్చి భోజనము చేసి మామ్మానదింప జేయవలయును.

నిన్ను మేము స్వాగౌరవముగా మా ఇంటికి భోజనానికి పిలుస్తున్నాము.

ఈ విషయము కూడా నా భార్యామణి కూడా చెప్పమన్నది.

నీవు నా భుజం వెనుక కూర్చో వలయును, అన్నది ఈ ముసలి మిత్రుడు.

ఇంటికి తీసుకొని వెళ్తాను, అన్నది ముసలి.

ఈ కోతి మిత్రుడు కూడా చాలా ఆనందపడి, సంతోషించి, ముసలి మిత్రుడు ఇంటికి వెళదామని నిశ్చయించుకున్నాడు.

అప్పుడు ఈ కోతి ముసలి వీపు మీద కూర్చోడానికి చెట్టు పైనుండి జంప్ చేసి, ముసలి వీపు మీద కూర్చుంది.

మార్గ మద్యంలో ముసలి ఈ కోతితో ఏమన్నదంటే, ఓ కోతి మిత్రమా మా

ఇంట్లో భోజనము కానీ, పసందు విందులు కానీ ఏమీలేవు.

నీ గుండెకాయ చాలా పండులాగా చాలా తీయగా ఉందని, నిన్ను చంపి తిందామని నా భార్యా అంటే, అందుకే నిన్ను చంపి నీ గుండెను తినడానికి మా ఇంటికి తీసుకొని వెళ్తున్నాను.

మాయొక్క ట్రిక్ మరియు ప్లాన్ వలెనే నిన్ను చంపటానికి మా ఇంటికి తీసుకు వెళ్తున్నాను, ఓ కోతి మిత్రమా, అన్నది ముసలి మిత్రుడు.

ఎందుకంటె నువ్వు ఈ తీయని పండ్లని రోజు తింటున్నావు.

కాబట్టి నీ గుండె కూడా చాలా తీయగా ఉంటుంది.

ఈ కోతి చాలా షాక్ అయింది.

కొంచంసేపు కోతి యొక్క మైండ్ బ్లాక్ అయింది.

కానీ ఈ కోతి కొద్దీ సేపు తరువాత తేరుకుని, కొంచం తెలివి వుపయోగించి ఇలా చెప్పింది.

ఈ కోతుల జాతి చిన్నగా ఉన్నా వాటికి కొంత తెలువులు ఎక్కువే.

అయ్యో ముసలి మిత్రమా ఈ సంగతి ముందే చెప్పివుంటే బాగుండేది. నేను నా గుండెను మా చెట్టులో దాచి పెట్టాను.

మనం చెట్టుదగ్గరకు వెళదాం.
నా గుండెను తీసుకువస్తాను.
అన్నది ఈ తెలివికల కోతి.

అప్పుడు ఈ బుద్ధిలేని ముసలి, ఈ కోతి చెప్పింది నిజమనుకుని, తిరిగి ఆ చెట్టు దగ్గరకు కోతిని తీసుకు వెళ్ళింది.

చెట్టు దగ్గరకు వెళ్ళగానే, ఈ కోతి తొందరగా చెట్టు మీదికి జంప్ చేసివెళ్లి, చెట్టు ఎక్కేసింది గబా గబా భయంతో.

చెట్టు ఎక్కిన తరువాత ఈ కోతి అన్నది, ఓ ముసలి మిత్రమా, నిన్ను నేను ఎప్పుడూ నమ్మను.

నీవు మోసకారివి.

నీ దుష్టబుద్ధి నాకు తెలిసింది.
నిన్ను ఎప్పుడు నమ్మరాదు.
నీవు మిత్రద్రోహివి.
నీవు నయవంచకుడవు.
నీవు కపటి ముసలివి.

నిన్ను నమ్మిన వాళ్ళను నట్టేటముంచేస్తావు.
నీవొక దొంగ ముసలివి.
అందరిని చంపి తినేస్తావు.
నాకు కూడా తెలుసు.
నీవు నా మిత్రుడవి అనుకున్నాను.
కానీ, నీవు మిత్రుడని చూడకుండా నన్ను కూడా మోసం చేయాలనీ, నన్ను చంపి తినాలని, నీ దురుదేశం.
నాకు తెలిసిపోయింది.
నీవు ఒక చాలా డేంజర్ ఫెల్లోవి, గుండెలు తీసే బంటువి.
నక్కజిత్తుల ముసలివి.
నీవు నమ్మక ద్రోహివి.
అప్పుడు ముసలి చాలా భాధ పడ్డట్టు నటించింది.

ఏమి చేయలేక, ఈ ముసలి తన ఇంటికి కన్నీరు పెడుతూ యింటికి వెళ్ళిపోయింది.

అసలు ముసళ్ళను ఎవరు నమ్మమన్నారు.

క్రూర మనుషుల దగ్గరకు, క్రూర జంతువుల దగ్గరకు, క్రూర మృగాలా దగ్గరకు, ఎవరూ వెళ్ళరాదు.

ఎవరూ క్రూర జంతువులను పెంచరాదు.

క్రూర జంతువులతో ఆటలాడరాదు.

క్రూర జంతువులతో స్నేహం చేస్తే ప్రాణానికే హాని, ముప్పు కలుగుతుంది.

కాబట్టి పిల్లలందరూ క్రూర మృగాలా దగ్గరకు కానీ, వాటిని పెంచడం కానీ, వాటితో స్నేహం చేయడం కానీ చేయకూడదు.ల దూరంగా ఉండాలి.

========

3 అత్యాశ కోతి

నీతి:

అత్యాశ హానికరం.
తిండి విషయంలో నైనా, డబ్బు
విషయంలో నైనా, ఎక్కువ ఆశ
పడకూడదు.

ఒక అత్యాశ కోతి, తనకు అన్నీ
కావాలి అనుకున్నది.

తోటి సాహోదర కోతులు, ఈ
అత్యాశ కోతిని వార్న్ చేశాయి.

చూడు మిత్రమా, ఓ అత్యాసకోతి, నీ
అత్యాశతనమే నిన్ను ఒక ట్రబుల్
లోకి పడేస్తుంది.

జాగ్రత్త, అని మిత్ర కోతులు
అన్నాయి.

కానీ, అత్యాశకోతి వినలేదు,
పట్టించుకోనూ లేదు.

ఒక రోజు, ఆ ఊరి రాజు గారు తన
సెక్యూరిటీ గార్డ్ లతో ఆ అడవికి
వచ్చారు.

రాజుగారు ఒకచోట తన విరామం
కోసం ఆగారు.

అప్పుడు, ఆ గార్డ్ (Guards) లు ఆ
అడవిలోని గుగ్గిళ్ళు, ఎండాలని
ఆర్డర్ చేసాడు.

ఈ గడ్డి, మేత, గుర్రాలు తినే
ఆహారం.

ఈ అత్యాశ కోతి చెట్టుమీద ఉండి ఈ తతంగం అంతా చూసి అనుకున్నది.
ఆహా, ఈ ఎండిన గడ్డి, గుగ్గిళ్ళు చూడడానికి చాలా బాగున్నాయి, తింటే బాగుంటుంది అనుకున్నది.
అనుకున్నట్లుగానే, చెట్టు మీదనుండి క్రిందికి దూకి, వీటిని తినసాగింది.
ఈ అత్యాశకోతి కడుపునిండా తిని ఉయింకా **satisfy** కాలేదు.
ఈ కోతి చేతినిండా తీసుకొని, నోట్లో మొత్తం కుక్కుకొని, చెట్టు ఎక్కికూ కూర్చుంది, అది కూడా చాలా కష్టంగా.
చెట్టు ఎక్కే సమయంలో, కొంచం గుగ్గిళ్ళు క్రిందపడ్డాయి.
అప్పుడు, ఈ అత్యాశకోతి అనుకున్నది, ఈ క్రింద పడినవి తీసుకోవాలి.
కానీ క్రిందికి దిగిరాలేక పోయింది.
ఈ సమయంలో, ఆ కోతిలోని చేతిలో ఉన్న వాటిని క్రిందపడేసి,

నేలమీద పడిన తినే గుగ్గిళ్ళు తీసుకుందామని.
ఈ అత్యాశకోతి అనుకున్నది, ఆహా, ఒక్కటి క్రిందపడిన దానికోసం, చేతిలో ఉన్న అన్నింటిని వదులుకున్నానే అని.
అప్పుడు, అన్నీ క్రిందపడిన వాటిని తిరిగి ఏరుకుందామని నెల మీదకు రాగానే, ఈ రాజుగారి సెక్యూరిటీ గార్డ్స్ వచ్చారు.
చూసారు.
ఈ కోతి దొంగతనానికి వచ్చింది అనుకుని.
ఈ కోతి చాలా బిజీ గా క్రిందపడిన ఉలవలు, గుగ్గిళ్ళు, అన్నింటిని ఏరుకుంటోంది.
ఈ అత్యాసకోతిని, సెక్యూరిటీ గార్డ్స్ పట్టుకుని చాలా బాగా చితకొట్టారు.
ఈ కోతికి ఒక **lesson** అయింది.
అప్పుడు అనుకుంది, నా ఈ అత్యాశ వలెనే, నాకు చాలా దెబ్బలు పడ్డాయి.

కాబట్టి నాకు ఈ అత్యాశ వద్దు అనుకున్నది.

నీతి:

అత్యాశ హానికరం.
తిండి విషయంలో నైనా, డబ్బు విషయంలో నైనా, ఎక్కువ ఆశ పడకూడదు.

========

4 <u>సింహము - ఎలుక</u>

నీతి

ఒకరిని చూసి నవ్వకూడదు.
గొప్పతనము పనికిరాదు.
గర్వం వుండకూడదు.
అందరూ బాగుండాలి.

ఒక అడవి వుంది.

ఆ అడవిలో ఒక పెద్ద సింహం
కూడా ఉంటోంది.

ఆ అడవిలో చాలా చాలా
జంతువులు కూడా వున్నాయి.

ఎప్పుడైతే ఈ మృగరాజు సింహం
గర్జిస్తుందో, అప్పుడు అడవిలోని
అన్ని జంతువులు, ఈ సింహం
అరుపుకి భయపడి, అడవిలోని
మూల మూల గా నక్కి, బయటకు
రాకుండా ఉండేవి.

సింహం ఎలా గర్జిస్తుందో తెలుసా
పిల్లలూ.

సరే మీ అందరికి తెలుసు సింహం
అరవడం.

అన్ని రకాల జంతువులు ఈ సింహానికి భయపడేవి.

ఎందుకంటె, తమని ఈ సింహం చంపి తినేస్తుందని, కాబట్టి అన్ని అడవిలోని జంతువులు బయటకు తిరిగేవి కావు.

అన్ని జంతువులు భయం భయం గా అడవిలో ఉండేవి.

ఇదే అడవిలో, ఒక చిన్న ఎలుక కూడా ఉండేది.

ఈ ఎలుక చాలా బాగా ఎగిరి గంతేసి, ఆడుకుంటూ, డాన్స్ చేస్తూ వుంటుండేది.

ఈ చిట్టి ఎలుక ఎవరిని చెడు చేయకుండా గాయపరచకుండా ఉంటూ ఉండేది.

ఒకరోజు ఏమైందంటే, మద్యానం పూట అడవిలోని అన్ని జంతువులు నింద్రుంచెవి అంటే పడుకుండేవి.

ఈ సింహం కూడా పడుకుంది.

అప్పుడు ఈ చిట్టి ఎలుక, అక్కడికి పరిగెత్తి, ఇక్కడ పరిగెత్తి, గెంతుతూ, ఆడుకుంటూ, అటూ, ఇటూ వెళ్ళింది.

ఈ సింహం ఆరెంజ్ కలర్ లో చెట్టు క్రింద నిద్ర పోతోంది.

సింహం గాఢ నిద్రలో వున్నది.

ఈ చిట్టి ఎలుకకు ఇది సింహం అని తెలుసుకోలేకపోయింది.

ఈ చిట్టి ఎలుక చెట్టు మీదికి ఎక్కి, అసలు యింత పెద్ద ఆరెంజ్ కలర్ లో ఉన్న వస్తువు ఏంటి అనుకుంది.

కానీ, అది సింహం ఒక పెద్ద క్రూర మయిన సింహం అని అనుకోలేదు. వూహించనుకూడా లేదు ఈ ఎలుక.

ఎందుకంటె ఎలుక బుర్ర చాలా చిన్నది.

ఆలోచనా శక్తీ కూడా చాలా చిన్నది.

అప్పుడు ఈ ఎలుక, సింహం వెనుక భాగంలో నక్కి, అల్లరి చేస్తూ వుంది.

అప్పుడు ఈ సింహం నిద్రలోంచి లేచి చాలా పెద్దగా గర్జన చేయడం ప్రారంభించింది.

ఎవరు నా నిద్రని చెడకొట్టింది.

ఎవడు వాడు.

అని చాలా దురుసుగా అరిచింది సింహం.

అప్పుడు ఎలుక అనుకుంది, ఓహో, ఇది ఒక పెద్ద సింహం అని.

అప్పుడు ఈ సింహం ఈ ఎలుకని పట్టుకుని, సింహం మొహం దగ్గరకు తీసుకొని, ఇలా అన్నది.

ఓ, ఇది నీపనా.

నా నిద్రని చెడగొట్టావ్.

అని సింహం చాలా గట్టిగా కోపంతో గర్జించింది.

అప్పుడు, ఈ చిట్టి ఎలుక చాలా భయపడి పోయింది.

గజ గాజా వణికిపోయింది .

నేనేం చేస్తానో తెలుసా, ఓ ఎలుకా, అంది సింహం.

అప్పుడు, ఈ ఎలుక సింహంని ప్రార్థించింది.

ఓ సింహం మహాశయా, ఓ మృగరాజా, నేను నీకు ఏదో ఒకరోజు నా అవసరమైనప్పుడు నీకు సహాయం చేస్తాను.

అని, ఈ ఎలుక సింహంతో మొరపెట్టుకుంది.

అప్పుడు, సింహం చాలా పెద్దగా నవ్వింది.

హా, హా, హా, హో, నువ్వు యింత
చిన్నగా వున్నావు.

నువ్వు నాకు ఏం సహాయం
చేస్తావు.

నీవలన నాకు ఉపకారమేం
చేయగలవు.

నువ్వు యింత చిన్నగా వున్నావు.

నువ్వు నాకు ఏవిధంగా
సహాయపడగలవు.

అని సింహం చాలా గట్టిగా
నవ్వింది.

నేను ఒక మృగరాజును.

ఈ మొత్తం అడవికి.

అంటూనే ఈ చిట్టి ఎలుకని, పోనీ
అనుకుని ఇలా అన్నది ఎలుకతో.

ఈ సారి నిన్ను వదిలేస్తున్నాను.

ఫో అని ఆ సింహం వదిలేసింది ఈ
ఎలుకని.

చాలా రోజులు గడిచాయి.

ఒక రోజు ఈ మృగరాజు ఒక వలలో చిక్కుకుంది.

ఈ సింహం చాలా తప్పించుకోడానికి చూసింది.

కానీ, ఆ వలలోంచి తప్పించుకోలేక పోయింది.

సింహం చాలా సార్లు గర్జించింది.

ఏమీ చేయలేక బాధ పడుతూ అలాగే ఆ వలలో ఇరుక్కుపోయింది.

ఎవరు వచ్చి కాపాడుతారా అని ఎదురు చూడ సాగింది ఈ సింహం.

ఆ సమయంలో ఈ ఒక్క జంతువూ కానీ, ఎవ్వరు కానీ ఈ మృగరాజు సింహం, దగ్గరికి రావడానికి సాహసం చేయలేదు.

ఎందుకంటె సింహం అంటే అందరికీ భయమే.

అప్పుడు ఈ చిట్టి ఎలుక, ఈ సింహం అరుపులకి, గర్జనలని విని ఇలా అనుకుంది.

అయ్యో, నన్ను వదిలేసినా సింహం కష్టంలో వుంది.

కాబట్టి, నేను ఆ సింహం దగ్గరకు వెళ్ళాలి.

అసలు ఏం జరిగిందో చూడాలి, అనుకోంది ఈ ఎలుక.

కావలసిన సహాయం చేయాలి అని అనుకుంది ఈ ఎలుక.

అప్పుడు, ఈ యెలుక చూసింది.

సింహం వలలో చిక్కుకుంది.

అప్పుడు ఆ ఎలుక అంది.

ఓ సింహమా, భయపడకు.

నేనున్నాను నీకు.

ఒక్క క్షణంలో నిన్ను ఈ
వాలనుండి బయటికి వచ్చేలా
చేస్తాను.

కాబట్టి భయపడకు ఓ సింహమా.

ఇదే నా అభయం.

చూసుకో నా తడాఖా.

అంది సింహంతో

అప్పుడు ఈ సింహం తెల్ల
మోపహం వేసింది.

ఈ చిట్టి ఎలుక యిట్లా అంటుంది.

ఏంటి కథ.అని

సింహం ఆశ్చర్యపోయింది.

ఈ ఎలుక ఆ వాలని తన పళ్లతో
చిటుకు చిటుకు మంటూ
తెంపసాగింది.

సింహం వాలనుండి బయట
పడింది.

నమస్కారం ఎలుకా, అంది
సింహం.

యివ్వాలనుండి నువ్వు నేను
ఫ్రెండ్స్.

నేను నిన్ను చూసి నవ్వాను.

యికమీద నేను ఎవరినీ చూసి
నవ్వను.

నువ్వు నా బెస్ట్ ఫ్రెండ్.

నేను ఏ చిన్న జంతువునైనా చూసి
నవ్వను.

అప్పుడు సింహం ఆ ప్రదేశం
నుండి వెళ్ళిపోయింది.

ఈ చిట్టి ఎలుక చాలా
సంతోషించింది.

కాబట్టి, ఒకరిని చూసి ఎప్పుడు
నవ్వకూడదు.

----

5 కోయిల మొండితనం గర్వం

నీతి:

గర్వం వుండకూడదు
తెంపరి తనం వుండకూడదు
యారొగెంట్గా వుండకూడదు
కేర్లెస్ గా వుండకూడదు

లేకపోతె గర్వభంగం తప్పదు
మిత్రబంధం ఉండదు.
కష్టాలు తప్పవు
ఆనందంగా మిత్రులతో
ఉండాలి
కలిసి మెలిసి అందరితో
ఉండాలి

ఒక వూళ్ళో ఒక అడవి కూడా

ఉండేది.

అక్కడ ఒక చెట్టుమీద ఒక కోయిల

ఉంటూ ఉండేది

ఆ కోయిల చాలా కమ్మగా చాలా

టీయూయగా, అందరికి వినడానికి

ఇంపుగా వానం చేసేది.

పాడేదికూడా.

ఆ చుట్టుప్రక్కన వుండే ఎగిరే

పక్షులు, జంతువులు ఈ కోయిల

పాటను వినడానికి ప్రతీ రోజూ

వచ్చి వేనేవి.

కొన్ని జంతువులు, పకక్షులు ఈ
కోయిల వుండే చోటే ఉండేవి.
మకాం కూడా వేసేవి.
ఈ కోయిలకు వార్వం ఎక్కువగా
ఉండేది.
చాలా దుడుకుగా, ఆరోగ్యాంట్ గా,
కొంచం నిర్లక్ష్యంగా ఉండేది.
తానె గొప్ప, తానె మంచిగా
పాడుతుంది అనుకోని వేరే
పకక్షులతో అడ్డం దిడ్డం గా
మాట్లాడేది. వ్యవహరించేది.

నిజంగా మాట్లాడితే ఈ కోయిల కు
దేవుడిచ్చిన వరం.
అదేమిటంటే, చాలా స్వీట్ గా
పాడటం.
అందరిని అలరించడం.
అందరిని ఆనంద పరచడం

అన్ని జంతువులు, పక్షులు
అనుకునేవి.
అవి ఏమిటంటే ఈ కోయిలకు
మంచిగా పాడటం ఒక వరం.
ఈ కోయల అందరు
మెచ్చుకుంటూ ఉంటే విని,
యింకా గర్వపడేది.ల
గర్వం కూడా ఎక్కువ అయింది.
వేరే జంతువులను కేర్ చేసింది
కాదు .
కళ్ళు నెత్తిమీదకు ఎక్కేవి.
చాలా దురుసుగా వేరే పక్షులతో
వ్యవహరించేది.

ఏమి అనుకునేది అంటే, నేను
దేవుడు పంపిన కోయిలను.

ఈ భూమి మీదకు నన్ను ఒక
కోయిల ఏంజెల్ గా దేవుడు
పంపాడు.

ఇంకేంటి కళ్లన్నీ నెత్తిమీద
ఉండేది ఈ కోయిలకు.
విపరీత మైన గర్వం ఉండేది.
చాలా హెడ్ స్ట్రాంగ్ గా ఉండేది ఈ
కోయిలకు.

కొద్దీ కాలం గడిచాయి.
తన మిత్ర పకక్షులు, జంతువులు
అన్నీ తమకు తమ బాషలలో
అంటే పక్షి బాషలలో, జంతువుల
బాషలలో, ఈ కోయిలకు చెప్పాయి.
అది ఏమిటంటే, నీవు అందరిని
అగౌరవ పరుస్తున్నావు.
నీ గర్వం తగ్గించుకో.

నీకు కార్వబంగం తప్పదు.
నీవు చాలా బాధ పడుతావు.
చాలా Troubles లో చిక్కు
కుంటావు.
మేము నీ మంచికే చెపుతున్నాము.
నీ గర్వం మానుకో.
అందరితో కలిసి మెలిసి వుండు.
అందరిని సమానంగా చూడు.
అందరూ నీ మిత్రులే
అందరూ నీ శ్రేయస్సు కోరేవారే

అప్పుడు ఒక చాలా ఎక్స్పిరియన్స్
పెద్ధ ముసలి పక్షి కూడా ఈ
కోయిల మిత్రురాలికి చెప్పింది.
నీవు నీ గర్వాన్ని తగ్గించుకో.
లేకపోతె నీకు గర్వ బంధం
తప్పదు అని.

చూడు మిత్ర కోయిలా, నీవు నీ పక్షి
జాతికి చాలా మంచిగా మాట్లాడడం,
చనువుగా, మర్యాదగా ఉండడం
నేర్చుకో.
లేకపోతే నీకు కష్టాలు తప్పవు
అన్నది ఈ వృద్ధ పక్షి పెద్ద పక్షి.

యిప్పుడు వచ్చేది ఒక చలి కాలం.
అందరూ చిన్న చిన్న గుడ్లు ఇళ్ళు
కట్టు కుంటున్నారు,
నివసించడానికి.
నీకు కూడా ఇల్లు కట్టుకోవడానికి
అందరూ సహకరిస్తారు.

ఈ మాటను, ఈ గర్వాంగా వుండే
కోయిల వినలేదు.
తిరిగి వేరే మిత్ర పక్షులతో
ఏమందంటే, డోంట్ వర్రీ

పర్వాలేదు, నేను, నా సంగతి
చూసుకుంటాను.
మీ సహాయం నాకు అక్కర్లేదు.

చలికాలం వచ్చింది.
ఇకేముంది.
గజ గాజా వణికి పోతున్నారు.
అందరు చలితో
బాధపడుతున్నారు.
ఎవ్వరు బయటకు రావడంలేదు.

మన మనుషులలాగే స్వేటర్లు,
రగ్గులు, దుప్పట్లు, వాటికి వుండవు
కదా.

పక్షులకు ఉండేవి చిన్న చిన్న
గుడ్లు.

ఈ కోయిల చలికి తట్టుకోలేక చాలా
బాధ పడుతూ లేవలేక ఎగరలేక,
తిండిలేక, నిదురలేక, ఎవరూ రాక,
చాలా దీనావస్థలో, చలి జ్వరంతో
విపరీతమైన బాధపడుతూ వుంది.
రెక్కలు ఊడు పోయాయి.
గొంతు పోయింది.
పాటలు పాడలేక పోయింది.
నీరసించి పోయింది.
కృంగిపోయింది.
ఏమీ చేయలేక చతికిల పడింది.
నిస్సహాయ స్థితిలో వుండు.
కళ్ళు తిరిగి పడిపోయింది.

వృద్ధ పక్షి, పెద్ద పక్షి ఈ విషయం
తెలుసుకుని, వేరే పక్షులతో
మాట్లాడి, ఈ కోయిలకు ఒక చిన్న
గూడు కట్టి అందులో ఉంచి,

కావలిసిన తిండి పెట్టి కొంచం
బాగా అయేటట్లు చేశాయి.
కోలుకునేలాగా చేశాయి వేరే
పక్షులు.
ఈ కోయిల మామూలుగా
తయారయింది.

ఈ కోయిల అప్పుడు అనుకుంది.
తన మిత్రులందరూ సహాయం
చేశాయని, తనని కాపాడాయి అని,
తెలుసుకుంది. పశ్చాత్తాపం
కూడా చెందింది.

ఆ రోజునించి, ఈ కోయిల, గర్వం
లేకుండా, అందరితో కలిసి,
మెలిసి ఉండటం, మామూలుగా
అందరితో మాట్లాడటం, అందరిని
పలుకరించటం చేస్తూ ఉండేది.

చాలా సంతోషం గా ఉండేది.

గర్వం లేదు. తెంపెర్ లేదు.
హెడ్రోస్ట్నెగ్ లేదు. అర్రోగంటగా
లేదు.

గర్వం వుండకూడదు
తెంపరి తనం వుండకూడదు
యారొగెంట్గా వుండకూడదు
కేర్లెస్ గా వుండకూడదు
లేకపోతె గర్వభంగం తప్పదు
మిత్రబంధం ఉండదు.
కష్టాలు తప్పవు
ఆనందంగా మిత్రులతో ఉండాలి
కలిసి మెలిసి అందరితో ఉండాలి

======

6 ఎలుక-సాధువు

<u>నీతి:</u>

సాధనలు, మంత్రం తంత్ర శక్తులను, ఇంద్రజాల, మహేంద్రజాల విద్యలను ఉపయోగించరాదు.

ఈ కథ కొద్దీ సంవత్సరాల క్రిందట జరిగిన కథ.

పాతకాలంలో, ఒక సాధువు ఉండేవాడు.

ఈ సాధువుకి కొన్ని శక్తులు, మాజికల్ శక్తులు, మంత్రం తంత్రాలు తెలుసు.

గజకర్ణ, గోకర్ణ, టక్కు టమారాలు కూడా తెలుసు. ఇంద్రజాల, మహేంద్రజాలం కూడా తెలుసు.

ఒకరోజు ఆ వూళ్ళో ఒక ఎలుక ఈ సాధువు దగ్గరకు వచ్చి యిలా మొరపెట్టుకుంది.

ఓ సాధువూ, సన్యాసంలో వున్న మహాశయా, నా బ్రతుకు దుర్భరం. చాలా భయంగా ప్రతీ రోజూ అతి

కష్టంగా బ్రతుకుతున్నాను, అని ఈ ఎలుక, ఈ సాధువుతో మొరపెట్టుకుంది.

అప్పుడు సాధువు అన్నాడు ఎలుకతో, ఓ చిట్టి ఎలుకా, ఏమి నీ బాధ, ఏమి నీ విన్నపము, ఏమి నీ కోరిక.

అప్పుడు ఈ ఎలుక అంది, ఒక పిల్లి నన్ను చాలా సతాయిస్తుంది, నన్ను బర్త్ భారత్ నమిలి తినడానికి అన్నీ విధాలా ఈ పిల్లి నీ వెంబడి పడుతోంది, నేను ప్రతీ రోజు ఈ పిల్లిని తప్పించుకుంటూ అనేక రకాలుగా తప్పించుకుని పారిపోతున్నా, దాకొంటున్నా నేను నా ఆహారం గురించి బయట తిరిగే సమయం లేక చాలా ఆకలితో

అలమటించి పోతున్నాను. చాలా మాది పోతున్నాను, అని ఎలుక మొర పెట్టుకుంది, ఈ సాధువుతో. నాకు సహాయం చేయి సాధువు మహాశయా, ఓ మహానుభావా, ఓ పరమపూజ్యా, సాధువు మూర్తి, అని అన్నది ఈ చిట్టి ఎలుక.

అప్పుడు, ఈ సాధువు ఎలుక బాధను తట్టుకోలేక, పిల్లి కింద మార్చేశాడు ఈ ఎలుకని, సాధువుకున్న శక్తులతో.

కొద్దీ కాలం తరువాత, ఈ పిల్లిగా మరీనా ఎలుక వచ్చి, మళ్ళీ ఈ సాధువుతో మొరపెట్టుకుంది. ఓ సాధువు మహాశయా, మా ప్రక్క వీధిలో వున్నా ఒక కుక్క, నన్ను తరిమి తరిమి చంపి తినాలని

శతవిధాలుగా ప్రయత్నిస్తోంది. నాకు చాలా భయం వేస్తోంది. నేను ఈ కుక్క కంట పడకుండా పారిపోతున్నాను. దిక్కు తోచలేకపోతోంది. నాకు కొంచం సాయం చేయి సోదర సాధువా. నీవు తలచుకుంటే నాకున్న కుక్క బాధను తొలగించు అంది ఈ పిల్లి.

అప్పుడు మళ్ళీ ఈ సాధువు తన మహాత్యంతో ఈ పిల్లిని కుక్క రూపంలో మార్చేశాడు. ఈ పిల్లి కుక్కగా మారిపోయింది.

అప్పుడు ఈ సాధువు చాలా సంతోషపడి ఆనందించాడు.

కొన్ని వారల తరువాత ఈ ఎలుక పిల్లిగా మారి, పిల్లి కుక్కగా మారి మళ్ళీ ఈ సాధువు దగ్గరకు వచ్చి

మొరపెట్టుకుంది. ఏమంటే, ఓ సాధువు మహాశయా నా కుక్క రూపం కూడా సేఫ్ గా లేదు. ఎందుకంటె, ప్రక్కనే వున్న అడవిలోంచి ఒక సింహం నన్ను వెంటాడుతోంది. నన్ను చంపి తినాలని చాలాసార్లు ట్రై చేస్తోంది. నన్ను భయాభ్రాంతులకు గురిచేస్తోంది. నాకు ఏమి చేయాలో తోచడంలేదు. నాకు నిద్ర పట్టడంలేదు. నాకు నీవే రక్షా ఓ సాధువు గురువా. నన్ను కాపాడి నన్ను రక్షించమని ఈ కుక్క వేడుకుంది, ఈ సాధువుని.

ఈ సారి సాధువు మల్లి కనికరించి ఈ కుక్కని సింహంలా మార్చేశాడు.

ఈ సింహం ఈసారి సాధువుకు థాంక్స్ చెప్పకుండా అడవిలోకి పరిగెత్తి వీలుంది. అదికూకా యెట్లా వెళ్ళింది అంటే గాదరిస్తూ, గర్జిస్తూ, భయానకంగా విపరీతంగా అరుస్తూ పరిగెత్తుకుంటూ వెళ్ళిపోచింది.

ఈ విధంగా ఈ సింహం అడవిలోకి వెళ్లి అన్ని జంతువులని అంటే అడవుల్లో జింకలూ, గొర్రెలూ, ముళ్ళపందులూ, పాములో, నక్కలూ, ఏనుగులూ, తోడేళ్ళూ, యింకా ఎన్నో ఎన్నో జంతువులూ ఈ సింహం ధాటిని తట్టుకోలేక ఈ సాధువు సంగతివిని మహిమలు ఉన్నాయని తెలుసుకొని సాధువు దగ్గరకు వచ్చి మొరపెట్టుకున్నాయి.

అదియేమనగా, సాధువా, ఓ సాధువా మమ్మల్ని ఈ సింహం చాలా వేడుస్తున్నది, భయపెడుతున్నది, చంపేస్తోంది. మాకు ఏమి చేయాలో తెలియడంలేదు మహాత్మా. కాబట్టి మేము మిమ్మల్ని కోరుకునేది ఏమంటే మమ్మల్ని ఈ ఘోర ప్రమాదం నుండి రక్షించండి సాధువు స్వామీ.

మీరు ఎలుకని, పిల్లిగా మార్చారు. అలాగే పిల్లిని కుక్కగా మార్చారు, అలాగే కుక్కని సింహంగా మార్చారు.

యిప్పుడు ఈ సింహం మమ్మల్ని వేదించుకు తింటోంది. కాబట్టి ఓ

సాధువు మహాశయా, ఓ మహాత్మా యిప్పుడు మీరే దీనికి ఒక విరుగుడు మంత్రాన్ని చేయాలి.

ఈ సింహం యిప్పుడు ఈ సాధువు మహాత్మనే చూసి గర్జించడం మొదలుపెట్టింది. అప్పుడు ఈ సాధువు కొంచం ఆలోచించే, ఈ సింహాన్ని తిరిగి ఎలుకలాగా మారిస్తేనే బాగుంటుంది, అని అనుకున్నాడు తన మనసులో.

ఎలుక ఎలుకలాగా ఉంటేనే బాగుంటుంది. యిట్లా ఈ సాధువు అనుకుని ఈ సిహ్మంన్ని ఎలుకలాగా మార్చేశాడు. యిప్పుడు ఈ సింహానికి తిక్క కుదిరింది. ఎలుకలాగా మార్చేశాడు. అప్పుడు

అన్ని జంతువులూ ఖుషీ గా ఉంటూ ఈ ఎలుకని తరిమి కొట్టాయి.

అన్ని జంతువులూ చాలా హ్యాపీ గా వున్నాయి. సాధువు కూడా చాలా అలోచించి ఈ సారి ఎవరి మీద కూడా తన విద్యని ఉపయోగించరాదు అని అనుకున్నాడు.

కాబట్టి అనవసర విద్యలు, మంత్రం తంత్ర సాధనలు ఎవరి మీద కూడా ఉపయోగించరరాదు

=========

7 తెలివి తక్కువ సింహం

నీతి:

కొద్దీ సింహాలకు తెలివి ఉండదు.

నక్కలకు అతి తెలివి ఉంటుంది.

అందుకే నక్కలను అంటారు, నక్క జిత్తుల నక్క అని.

కొన్నిసార్లు మనం మనుషులను కూడా అంటాం, ఒరే నజిత్తులోడా అని.

అంటే విపరీతమైన తెలివి తేటలు నక్కలకు ఉంటాయి.

యిది ఒక నక్క - సింహము కథ. చిన్న పిల్లలకు బాగుండే కథ.

ఒక పెద్ద వయసు కల సింహం ముసలిదయిపోయి చాలా నీరసంగా అయిపోయింది.

ఆ అడవిలో ఈ ముసలి సింహం, వయసు మీరిన సింహం, తాను తన ఆహారానికి కూడా వేటాడి, కొన్ని జంతువులను చంపి తినడానికి కూడా ఓపిక లేని సింహం.

ఏమీ చేయలేక, చతికిలపడి
పోయింది.
వేరే అన్ని జంతువులూ ఈ
సింహాన్ని కన్నా చాలా ఫాస్ట్ గా
వున్నాయి.
ఈ ముసలి సింహం చాలా బాధ
పడుతూ, చేతకాక చాలా రోజులు
తిండి తిప్పలు లేక చాలా
ఆకలితో వుంది.
ఈ సింహం తనలో తాను
అనుకుంది.
యిప్పుడు ఏమి చేయాలి?
చాలా ఆలోచించింది.
నేను ఒక ప్లాన్ వేయాలి.
లేకపోతె ఈ ఆకలి బాధతో చని
పోవాల్సి ఉంటుంది.
ఏదో ఒక ట్రిక్ చేయాలి.
ఆహారం సంపాదించుకోవాలి.

ఈ విధంగా సింహం అనుకుని
ఓపిక చేసుకుని, తాను ఉంటున్న
అడవిలో తిరగ సాగింది.

అటూ ఇటూ వెళ్లి ఏమి చేయాలో
ఆలోచిస్తూ వుంది.

చుట్టూ పక్కల కొండలు, గుహలు
కూడా చూస్తూ మెల్లిగా నడవ
సాగింది.

కొద్దీ దూరం వెళ్లిన తరువాత, ఈ
సింహం ఒక చిన్న గుహ చూసింది.

ఈ గుహలో ఏముందో అని ఈ
సింహం అనుకుంది.

ఎవరు నివసిస్తున్నారో
అనుకుంది.

ఈ సింహానికి, అకస్మాత్తుగా ఒక
ఆలోచన వచ్చింది.

అది ఏమిటంటే, నేను ఈ
గుహలోకి వెళ్లి దాక్కుంటాను.

ఏ జంతువైనా ఈ గుహలోకి వస్తే,
వాటిమీద పడి ఒక్కసారిగా చంపి
తినాలి.

ఈ విధంగా అనుకుని ఈ గుహలోకి
సింహం వెళ్లి దాక్కుంది.

కొద్దిసేపు అయినతరువాత ఈ గుహ దగ్గరకు ఒక జిత్తులమారి నక్క (అంటే నక్కలకి ఎక్కడలేని తెలివి తేటలు ఉంటాయి) ఈ గుహ దగ్గరకు వచ్చింది.

అసలు విషయం ఏమంటే, ఈ తెలివి తేటలు కల నక్క ఈ గుహలోనే ఉంటోంది.

ప్రతీ రోజు, ఈ గుహనుండి, ఈ నక్క బయటకు వెళ్లి కొన్ని జంతువులను చంపి, పీక్కు తిని, తిరిగి ఈ గుహలోకి వచ్చి విశ్రమించేది.

ఈ నక్క చాలా జిత్తులమారిది. చాలా అతి తెలివి తేటలు కలది.

అసలు అడవుల్లో అడవుల్లో నివసించే జంతువుల కన్నా తెలివి కల జంతువు ఏదంటే నక్క.

దీని పేరే అందరూ అంటారు నక్క జిత్తుల నక్క, కుటిల నక్క, అని.

ఈ నక్క చూసింది, సింహం యొక్క అడుగులు.
అదికూడా కాళ్ళ అడుగులు చూసింది ఈ నక్క.
ఒక సింహానివి అని వెంటనే గుర్తు పట్టింది.
అనుకుంది ఈ నక్క, ఏమంటే ఒక సింహం నా గుహలోకి ప్రవేశించిందని.
చాలా జాగ్రత్తగా వుండాలని అనుకొంది.

సింహం యొక్క అడుగుజాడలు గుహలోకి వెళ్ళినవిగా ఈ జిత్తుల మారి నక్క పసిగట్టింది.

గుహనుండి బయటకు ఈ సింహం యొక్క అడుగు జాడలు ఎక్కడ కూడా లేవు.

అంటే, ఈ తెలివికల నక్క
అనుకుంది, తప్పకుండా ఒక
సింహం ఈ గుహలో దాకుంది.
తనకి ప్రాణ హాని వుంది
అనుకుంది నక్క.

ఈ నక్క చాలా సైలెంట్ గా
ఉండిపోయింది, కొద్దిసేపు.
సింహం ఈ గుహలో వుంది అని
గట్టిగా తెలుసుకోవాలి, ఈ నక్క
అనుకుంది.
ఈ సమయంలో నేను ఈ గుహలోకి
వెళ్తే, చాలా డేంజర్
అయిపోతుంది నాకు.

ఈ నక్కకు ఒక ఆలోచన
వచ్చింది.
అది ఏమిటంటే, ఒక ట్రిక్ ప్లే
చేయాలియో.
నేను ఒక గేమ్ ఆడాలి,. అని
ఆలోచించసాగింది.

ఈ నక్క గుహతోని మాట్లాడడం
మొదలు పెట్టింది.
అది ఏమిటంటే, ఓ గుహా, ఈ రోజు
నన్ను ఎందుకు గ్రీట్ చేయలేదు.
ఎందుకు నన్ను విష్ చేయలేదు.
ప్రతీరోజు నువ్వు, నన్ను గ్రీట్
చేస్తూ, విష్ చేస్తూ ఉంటావు కదా.
ఈ రోజు నువ్వు ఎందుకు
మాట్లాడడంలేదు అని ఈ
జిత్తులమారి నక్క అన్నది.

ఆ జిత్తులమారి, తెలివైన నక్క,
గట్టిగా, కావాలని ఈ సింహానికి
వినపడేలా అన్నది.
ఓ గుహా ఈ రోజు నీకేమైంది. ఓ
గుహా మాట్లాడు.

నేను నీ గుహలోకి రావాలంటే,
నువ్వు తప్పక నన్ను విష్ చేస్తూ,
గ్రీట్ చేయాల్సిందే, అని గట్టిగా
అందరికి వినబడేటట్లు
అరిచింది.

అప్పుడు, గుహలో వున్నా సింహం అప్పటిదాకా చాలా సైలెంట్గా మాట్లాడకుండా వుంది.
ఎప్పుడైతే ఈ నక్క అరుపులు విన్నాడో, ఈ తెలివిలేని సింహం అనుకుంది.
ఓహొ, గుహ యిట్లా గ్రీట్ చేస్తేనే ఈ బయట వున్నా జంతువు గుహలోకి రాదు, అని అనుకుంది.

అప్పుడు సింహం, గుహ అరచినట్లుగా వెల్కమ్ మిస్టర్ జాకాల్.
నమస్కారం ఓ నక్కా.
లోపలి రమ్మ.
అంది గుహలో వున్న సింహం.

అప్పుడు ఈ నక్క తనలో తాను నవ్వుకుంది.
అసలు నా జీవితంలో ఏ గుహకూడా ఈ విధంగా మాట్లాడలేదు.
నేను చాలా గుహల్లో వున్నాను.

అప్పుడు అంది ఈ నక్క.

తనకు యు లయన్,
నమస్కారములు.

ఓ సింహమా నీకు వంద
నమస్కారములు.

నీకు వంద వందనములు.

ఓ సింహమా, ఈ నా గుహలో నీవు
ఉన్నావని, నేను లోనికి వస్తే
నన్ను చంపి తింటావని, నాకు
తెలుసు ఓ సింహ రాజా.

అప్పుడు ఈ నక్క, తన గుహనుండి
చాలా ఫాస్ట్ గా పరిగెత్తి పోయింది.

అప్పుడు ఈ గుహలోకి ఏ జంతువు
రాలేదు.

ఈ సింహం ఈ గుహలోనే ఆహారం
లేక సొమ్మసిల్లిపోయింది.

కళ్ళు తిరిగి పోయి, పడి పోయి,
అలాగే ప్రాణాలు విడిచింది.

----

8 చెరువు మహిమ

నీతి

మహిమలు ప్రతీ సారీ
పనిచేయవు.
ఆశకు అంతుంది.
విపరీత ఆలోచనలు అనర్థాలకు
దారి తీస్తుంది.
కష్టాలు పడాల్సి వస్తుంది.
జీవితాలు దుర్భరమవుతాయి.
జీవితాలు కష్టాల మయమై,
నిరాశ చెంది, బాధలు
అనుభవించాల్సి వస్తుంది.

దీనికిఒ సంబంధించిన కథ ఇది.

ఒక అడవి వుంది.
ఆ అడవి దగ్గరలో ఒక చెరువు వుంది.
ఆ చెరువు దగ్గరలోనే ఒక పెద్ద చెట్టు వుంది.
అదికూడా చెరువు కొమ్మలు అనేకమైనవి చెరువు మీదనే వున్నాయి.
ఆకులు ఆ చెట్టుకు కాసిన పూలు, చిగుళ్లు, ఆ చెట్టుమీదనుండి ఈ చెరువులో పడుతూంటాయి

ఈ చెరువుకి కొన్ని శక్తులు
వున్నాయి.

ఆ శక్తులు ఏఅంటే, ఏదైనా ఒక
జంతువు కనుక ఈ చెరువులో
పడితే, లేక మునిగి లేస్తే ఈ నది
నీళ్లలో, ఆ జంతువు మనిషి
రూపంగా మారి పోతాడు.

అలాగే రెండు సార్లు ఈ నీళ్లలో
పడితే, మామూలు గా ఇంతకు
ముందు వున్న ఆకారం
వచ్చేస్తుంది.

అది ఒక ఎండాకాలం.

మధ్యాన్నం పూట.

నది పై వేళ్ళాడుతున్న కొమ్మల
మీద ఒక రెండు కోతులు
ఆడుకుంటూ, ఆడుకుంటూ, చెట్టు
కొమ్మలనుండి జారీ ఈ నదిలో
పడిపోతాయి.

ఈ కోతులకు ఈ నది యొక్క
మహిమ తెలియదు.

ఈ నదిలో పడిన రెండు కోతులు, నాదినుండి బయటకు రాగానే, ఒక కోతి అందమైన అమ్మాయిలా మారిపోతుంది.

ఇంకొక కోతి, ఈ నదినుండి బయటకు రాగానే, ఒక మామూలు మనిషి లాగా మారిపోతాడు.

అందమైన అమ్మాయిలా మారిన కోతి మోకాళ్ళమీద కూర్చుని, ప్రార్థిస్తుంది దేవుడిని.

ఏమంటే, ఓ దేవుడా నీకు
నమస్కారములు,శతకోటి
వందనములు.
నాకు మంచి మానవ రూపం
ఇచ్చావు.
నాకు అందమైన అమ్మాయి రూపం
ఇచ్చావు.
నాకు కోతి రూపం కన్నా,
అమ్మాయిరూపం చాలా బాగుంది.

నేను ఇలానే ఉండిపోయావాలి
అని దేవుడ్ని ప్రార్ధిస్తుంది.
వేడుకుంటుంది.
ఈ అమ్మాయిగా మరీనా కోతి, చాలా
ఆనందపడింది.
నీకు వందనములు అని మళ్ళీ
అన్నది, ఓ దేవుడా అంది.

కోతి ఒక సదా సీదాగా మారిన మనిషి రూపంలో వున్న అతను, తన మనిషి రూపానికి సంతోషించలేదు.

అంతగా ఆనందపడలేదు.
అప్పుడు అనుకున్నాడు ఈ
మనిషి.

నేను కనుక ఈ చెరువులో ఇంకొకసారి పడి మునిగిలేస్తే, చాలా అందంగా ఉంటానేమో, ఏమి జరుగుతుందో చూద్దాం అని అనుకోని, ఈ నదిలో దూకడానికి ప్రయత్నిస్తాడు.

అప్పుడు అందమైన ఆ అమ్మాయిలా మారిన కోతి అతనిని వారించింది.

వద్దు మానవా.

దేవుడు నిన్ను మనిషి రూపంగా మార్చినందుకు నీవు సంతోషించు.

ఆనందపడు.

అత్యాశకు వెళ్ళకు.

ఒకటి పోయి వేరొకటి కాగలదు.

ఈ చెరువులో నీవు దుంకకు.

జాగ్రత్త.

చెప్పిన మాట విను.

అన్నది, ఈ అందమైన అమ్మాయి.

కానీ అతను వినలేదు.

చూద్దాం.

ఈ చెరువులో ఇంకొక సారి
దుంకుదాం.
ఏమవుతుందో చూద్దాం.
అనుకుని తాను అనుకొన్న
మాదిరిగానే ఈ మనిషి చెరువులో
ఒక్కసారిగా దుంకేస్తాడు.

అప్పుడు వున్న పళంగా , ఈ
దుక్కిన మనిషి, తన పాతగా ఉన్న
కోతి రూపం వెచ్చేస్తుంది.
అప్పుడు ఈ కోతి పశ్చాత్తాపం
చెడుతుంది, ఏడుస్తుంది.
బాధపడుతుంది.
అయ్యో దేవుడా, నన్నెందుకు తిరిగి
ఈ కోతి రూపం చేశావు.
నా మిత్రురాలు అందమైన
అమ్మాయి రూపంలో ఉంది.
నేనుమాత్రం ఈ కోతి రూపంలో నే
మారిపోయాను.
ఏమి చేయాలి దేవుడా.
నన్ను కాపాడు దేవుడా.
అని అనేక సార్లు ఈ కోతి ఏడ్చింది.
దేవుడిని మొరపెట్టుకుంది.

కానీ లాభం లేక పోయింది.
ఈ కోతి ఎన్ని సార్లు చెరువులో దూకినా, మునిగి లేచినా లాభం లేక పోయింది.

అసలు ఈ కోతికి గాని, ఏ జంతువులకు కానీ అర్ధ కాలేదు ఒక సారి ఈ చెరువులో పడితే మనిషి రూపం వస్తుందని, రెండవ సారి ఈ చెరువులో పడి మునిగితే తిరిగి పాత రూపం వసుందని.

ఇలాగే కొద్దికాయలం గడిచింది.
ఈ కోతి చెట్టు మీదనుండి ఈ చెరువులోకి దుంకుతూ, మళ్ళి చెట్టు ఎక్కుతూ, శతవిధాలా ప్రయత్నం చేస్తూ ఉండేది.

ఒక రోజు ఆ వూళ్ళో సర్కస్ నిర్వహించే వాళ్ళు ఈ కోతి చేష్టలు చేస్తున్న కోతిని, అనేక సార్లు జంప్ చేస్తున్నా కోతిని చూసి, తమ సర్కస్ లో వాడుకొంటే బాగుంటుందని

అనుకోని ఈ కోతిని వలవేసి పట్టుకుని తామ సర్కస్ కంపెనీకి తీసుకు వెళ్లి చాలా ట్రైనింగ్ తర్ఫీదు యిచ్చి, సర్కస్ లో పని చేయించుకుంటున్నారు , ఆ సర్కస్ కంపెనీ వాళ్ళు.
అప్పుడు ఈ కోతి సర్కస్ కంపెనీలో జీవితాంతం పని చేస్తూ
ఉండిపోయిది.

అలాగే ఈ అందమైయిన అమ్మాయి అందమైన రాజకుమారుడిని పెళ్లి చేసుకుని హాయిగా ఉంటూ రాజమందిరంలో ఉండిపోయింది.

....

9 కప్ప - పాము

FROG (Beck) AND SNAKE (Anakonda) STORY

నీతి

తొందరపాటు, కోపము, కసి,
వైరము పనికిరావు.
పశ్చాత్తాపము, చేతులు కాలాక
ఆకులు పట్టుకుని లాభం లేదు.
మతిలేని చేష్టలు దుఖ్ఖానికి దారి
తీస్తాయి.
తరువాత, బాధ పడాల్సి
వస్తుంది.
చివరికి ప్రాణాలమీదికి వచ్చి
కొంపలంటుకునే వరకు
వస్తుంది.

ఈ కథ అలాంటిదే.
ఒక మతిలేని, బుద్ధిలేని, కోపం
కలిగిన కప్ప.
కప్ప పేరు "బెక్".
ఒక పాము.
పాముపేరు "అనకొండ".
ఈ రెండింటి కథ నే ఫ్రాగ్
మరియు స్నేక్. (కప్ప మరియు
పాము కథ)

<u>ఈ కథ ఐదు - ఆరు సంవత్సరముల పిల్లలకు బాగుందే కథ.</u>
<u>నీటి ఏమంటే తన కోపమే తన శత్రువు.</u>
<u>అతి తెలివి నష్ట దాయకం.</u>
<u>వైరము, ఒక మిత్ర నాశనం,</u>
<u>తెలివిలేని మూర్ఖత్వం.</u>

చాలా రోజుల క్రితం ఒక కప్ప ఉండేది.
కప్ప పేరు బెక్.
ఈ కప్పకి చాలా మంది కప్ప ఫ్రెండ్స్ ఉన్నారు.

అన్ని కప్పలు ఒక చెరువులో
ఉండేవి.
ఈ బెక్ అనే కప్ప అన్ని కప్పలతో
కొట్లాడింది.
కోపంతో, ఈ చెరువును వీడి వెళ్లి
పోయింది.
ఆ చెరువులోని అన్నీ కప్పలతో
వైరం, విరోధం పెంచుకుంది.
ఈ బెక్ అనే కప్ప అన్నది.
అది ఏమిటంటే, ఛస్తే మళ్ళీ మీ
చెరువుకు రాను.
మీతో ఫ్రెండ్ షిప్ చేయను.
అని చెప్పి ఈ బెక్ అనే కప్ప
వెళ్ళిపోయింది.

కొద్దికాలం ఈ బెక్ అనే కప్పకు
బుర్ర తిరిగిపోయి, అతి కోపంతో ఆ
చెరువులోని కప్పలను అన్నింటితో
రివెంజ్ తీసుకోవాలని అనుకొంది.

నాకొక తెలిసిన పాము ఉంది.
ఈ పాము పేరు అనకొండ.
ఈ పాముని తెప్పిస్తాను.

ఈ పాము చాలా దుష్టబుద్ధి కలది.
నేను ఈ అనకొండ పామును ఈ చెరువులోని కప్పల దగ్గరకు తీసుకొని వెళ్లి ఆ అన్నీ చెరువులోని కప్పలను తినమని చెపుతాను.
అని అనుకోని ఈ బెక్ అనే కప్ప డిసైడ్ చేసుకొంది.

అప్పుడు ఈ బెక్ అనే కప్ప ఈ అనకొండ పాము దగ్గరకు వెళ్ళింది.
అన్ని విషయాలు చెప్పింది.

ఒక రోజు ఈ అనకొండను ఆ కప్పలు వున్నా చెరువు దగ్గరకు తీసుకొని వెళ్ళింది.

ఆ బెక్ అనే కప్ప పాముతో
చెప్పింది.
ఈ చెరువులోని అన్ని కప్పలను
తినేయమని.

అనకొండ పాము చాలా
సంతోషించి తనకు ఆహార సమస్య
తీరిపోయింది అనుకుంది.
నేను యెంత
అదృష్టవంతురాలనో, అని పాము
అనుకుంది.

ఆ చెరువులోని కొన్ని కప్పలను ఈ
పెద్ద ముసలి పాము, వృద్ధ పాము
తినేసింది.

ఆహా, ఇలాంటి రోజు నాకు చాలా
సంతోషంగా ఉంది.
చాలా రోజుల తర్వాత నేను
కడుపునిండా తిన్నాను.
ఈ రోజు నాకే ఆకలి తీరింది,
అనుకొంది ఈ అనకొండ పాము.

మరుసటిరోజు మళ్ళీ ఈ పెద్ద
ముసలి అనకొండ పాముకు మళ్ళీ
ఆకలి వేసింది.

దరిద్రానికి ఆకలి ఎక్కువ.
పని లేని వాళ్లకి ఆకలి ఎక్కువ.

అలాగే ఈ వృద్ధ పనిలేని పెద్ద
అనకొండ పాముకు మాటి మాటికీ
ఆకలి వేయసాగింది.
ఎందుకంటె, ఈ పాము ఈ
చెరువులో తనకు ఆహారంగా వున్నా
కప్పలు అనేకం వున్నాయి.

అనకొండ పాము అనుకుంది.
అన్ని కప్పలను తిన్నది కొద్దీ
రోజులలో.

ఆ చెరువులో యింకా ఏ కప్ప కూడా
మిగలలేదు.

అప్పుడు అనకొండ పాము ఈ బెక్
ఏ కప్పను కూడా తినాలని

అనుకుని, ఒక రోజు ఈ చెరువు
దగ్గరకు ఈ బెక్ కప్ప నుయ్
రమ్మన్నది.

ఈ పాము అనకొండ అనుకొంది.
ఈ మతిలేని కప్ప వస్తుంది.
అమాంతంగా తినేయాలని
అనకొండ అనుకుంది.

ఈ బెక్ కప్ప అతి తెలివి కప్ప
అనుకొంది.
కొంచం ఆలోచించింది.
ఏదో మతలబు ఉందని.

ఈ బెక్ కప్ప, ఈ ముసలి అనకొండ
పాము కన్నా వచ్చి ఈ చెరువులో
ఉంది.

అప్పుడు అన్నది పాము, ఓ బెక్
కప్ప రాజా, నేను యిక్క వున్నాను.
నీవెక్కడ. నీవెక్కడ అన్నది.
ఈ చెరువులో ఈ బెక్ అనే కప్ప
ఒకతె ఉంది.

చెరువు బయటకు ఈ బెక్ అనే కప్ప
రాలేదు.
పాము అనకొండ వెళ్ళిపోయింది.

అప్పుడు ఈ చెరువులోని కప్ప
చాలా బాధ పడింది.
అయ్యో నా తెలివి తక్కువ పనికి,
నా కోపానికి, ఈ నా ఫ్రెండ్
కప్పలన్నిటిని ఆ చెడ్డ దుష్ట
పాముకి బాలి ఇచ్చాను.

ఏమి లాభం.
అంతా అయిపొయింది.

అంతకోపం అనర్ధదాయకమని,
అతి వైరమే తన ఫ్రెండ్ కప్పలు
చనిపోయానని చాలా బాధ పెడ్డది.
ఏడ్చింది. కానీ ఏమి లాభం. అంతా
మటాష్ అయిపోయింతరువాత.

చాలా చాలా ఈ బెక్ కప్ప బాధ
పడింది.

ఈ చెరువులో ఈ బెక్ కప్ప
ఒంటరిదై పోయింది.
తనలో తానూ అనుకొంది.
ఒంటరినైపోయాను.
నేనెందుకు ఇలా అయిపోయాను.
నా మనసుకు శాంతి లేనే లేదు.
నేనెందుకు బ్రతకాలని, తనలో
తానూ ఈ కప్ప కృమిలి, క్రుంగి
పోయింది.

కొంద్దికాలం తరువాటా, ఈ బెక్ కప్ప
ముసలిదై ఏమి చేయలేక ఫ్రెండ్స్
లేక, కావలసిన మిత్రులు లేక
గతిలేని పరిస్థులలో చనిపోయింది.

----

10 జిత్తుల నక్క - టక్కరి కొంగ
(Cunning Fox – Gimmicks Crane)

<u>నీతి:</u>

ఒకరికి మించిన తెలివి మరొకరిది.
ఒకరు వేరొకరిని ఏడిపించి,ఎం సతాయిస్తే మరొకడు తిరిగి ఏడిపించబడతారు.
జిత్తులమారి నక్క కుళ్ళుబోతు ఎత్తులకి, కొంగ కూడా కుళ్ళుబోతు ఎత్తు వేసి, ఈ నక్క జిత్తుల బుద్ధిని తిప్పికొడుతోంది.
నక్క ఏ విధంగా కొంగ ని ట్రీట్ చేస్తుందో, అదే విధంగా కొంగ కూడా నక్కను ట్రీట్ చేస్తుంది.
దీనిని ఇంగ్లీషులో టిట్-ఫర్-టాట్ అంటారు.
అంటే నువ్వు ఎలా నన్ను సతాయిస్తే, అట్లాగే నేను కూడా సతాయిస్తాను, అని అర్థం.

దీనికి సంబంధించిన కథ ఇది.
ఈ కాదనే జిత్తుల నక్క - టక్కరి కొంగ

ఒకప్పుడు కుళ్లుబుద్ధికల నక్క ఉండేది.

ఆ నక్కకు దుష్టబుద్ధి, ఓర్వలేనితనం, సహించలేనితనం, ఒకళ్ళని చూసి ఏడిపియ్యాలని, అన్నీ కుతంత్ర వేషాలు వేసేది.

అన్ని ట్రిచ్క్స్, అంటే జిత్తులమారి నక్క వేషాలు వేసేది.
మోసం కూడా చేసేది.
నక్క వుండే అడవిలో అనేక జంతువులూ, ఈ నక్క యొక్క వినయాలను బుద్ధిని గ్రహించి,ఈ నక్కకు దూరంగా ఉండేవి.

ఒకరోజు మధ్యాన్నం, ఈ జిత్తులమారి నక్క, గుంటనక్క, ఒక కొంగని చూసింది.
ఈ కొంగ వేరే అడవి నుండి ఆ నక్క ఉండే అడవికి వచ్చింది.

ఒకరోజు, ఈ నక్క అనుకుంది.

నేను ఒక ట్రిక్ ఆడుతాను ఈ కొంగ మీద, అని అనుకుంది ఈ జిత్తులమారి నక్క.

నేను ఈ కొంగను డిన్నర్ కి పిలుస్తాను అనుకోంది, ఈ తక్కు టమారముల జిత్తులమారి నక్క.

కొత్తగా వచ్చిన ఈ కొంగ ఒక గెస్ట్, చుట్టం లా వచ్చింది అని అనుకోంది ఈ గుంటనక్క.

ఈ నక్క, కొంగను ఒకరోజు కలిసి,
నమస్కారం కొంగ మిత్రమా.
ఇవాళ మంచిరోజు.
నీవు నా మిత్రురాలివి.
మా యింటికి భోజనానికి రావాలి.
నేను ఆ దూరంలో ఉన్న రాతిబండ దగ్గర యింట్లో ఉంటున్నాను.
నీవు కనుక మా యింటికి వచ్చి భోజనం చేస్తే, నాకు మనశాంతి ఉంటుంది.
అని ఈ నక్క ఈ కొంగుతో అన్నది.

సరే, అలాగే అన్నది ఈ కొంగ.
ఈ నక్క యెంత మంచిగా నన్ను
భోజనానికి ఆహ్వానించింది,
అనుకోంది కొంగ.
ఈరోజు సాయంతరం వస్తానులే
అన్నది కొంగ, నక్కతో.

కొంగ నక్క యింటికి వెళ్ళింది.
నక్క మంచి సూప్ చేస్తోంది.
ఈ సూప్ ని కొంగకు ఒక పళ్లెం లో
పోసింది.
నక్కకు తెలిసి కూడా ఈ పళ్లెం లో
పోసింది, కొంగ తగ్గలేదని.

నక్క, తాను చేసిన సూప్ ని
మంచిగా కడుపునిండా త్రాగింది.
కొంగ సూప్ ను తాగలేకపోయింది.
నక్క ఈ కొంగను చూసి, అతి పెద్దగా
నవ్వింది.
కొంగకు కోపం వచ్చింది.
కొంగ కోపాన్ని ఆపుకొంది

కొంగ అనుకోంది, ఈ నక్కకు నేను
ఒక గుణపాటం నేర్పాలని.
మిత్రమా నక్కా, నీవుకూడా మా
ఇంటికి భోజనానికి రమ్మ అని
పిలిచింది.

మరుసటిరోజు నక్క కూడా కొంగ
ఇంటికి వెళ్ళింది.
కొఇ్చగా నక్కను ఆప్యాయతగా
పిలిచి భోజనం పెట్టింది.

కొంగ తయారు చేసిన సూప్ చాలా
రుచిగా, గాలిలో antaa చాలా
సువాసనగా వుంది.

ఆకలితో వున్నావు కదా నక్కా, రా
భోజనం చేద్దాం అన్నది కొంగ.

సరేనని నక్క రెడీగా ఉంది.
మంచి వాసన వస్తున్న సూప్ ని
త్రాగడానికి.
కొంగ తెచ్చింది సూప్ ని రెండు
చిన్న జార్ల లో .

కొంగ మొదలు పెట్టింది ఈ జార్
లోని సూప్ ని త్రాగడానికి.
నక్క మూతి ఈ జార్ లో పట్టక చాలా
ఇబ్బంది పడింది.
నక్క సూప్ ని త్రాగ లేక పోయింది.
కొంగ, నక్కకి ఉంచిన జార్ సూప్ ని
కూడా త్రాగేసింది.

అప్పుడు నక్క అనుకుంది.
అయ్యో నేను కొంగకు కూడా సూప్
త్రాగనివ్వకుండా చేసాను.
కాబట్టే ఈ కొంగ కూడా నాకు ఈ
విధంగా చేసింది, అనుకుంది
గుంత నక్క.

అప్పటినుండి ఈ నక్కకు బుద్ధి
వచ్చి, ఇంకొకసారి ఏ ట్రిక్కులు, ఏ
జంతువులతోను   వేయకూడదని
నిర్ణయించుకుంది. నక్క ఏడుపు
మొఖం పెట్టి తన దారిన తానూ
వెళ్ళిపోయింది.
తెలివి అనేది నక్కకి కాదు, అన్ని
జంతువులకూ ఉంటాయి.

దేవుడిచ్చిన తెలివి అన్ని
జంతువులకూ, పక్షులకూ
ఉంటాయి.
అలాగే మనుషులకు కూడా కొన్ని
తెలివితేటలూ యిచ్చాడు. కొంత
మందికి అతి తెలివితేటలూ కూడా
యిచ్చాడు.

----

11 ఎండ్రగబ్బ, చేపలు, కొంగ
(Clever Crab (ఎండ్రగబ్బ) Story)

నీతి:

మనకు తెలియని వాళ్ళని
చేరతీయరాదు.
దుష్టగ్రహ పక్షులను, క్రూర
జంతువులను మనము వాటితో
స్నేహము చేయరాదు.

వేరే జాతి పక్షులను, వాటి బుద్ధి తెలియక, వాటి దగ్గరకు వెళ్ళరాదు, వాటితో తిరగరాదు.
అనవసర సలహాలు ఈయరాదు.
అనవసర సపోర్ట్ మరియు హెల్ప్ చేయరాదు.
ఎవరిదారిన వారు ఉండవలయును.

ఒక వూరిలో ఒక చెరువు వుంది. ఈ చెరువులో అనేకమైన అనిమల్స్, చేపలు, కప్పలు, మిగిలిన చిన్న చిన్న క్రిమి కీటకాదులు ఉండేవి.
ఆ చెరువులో ఇవన్నీ చాలా హ్యాపీ గా నివసిస్తూ ఉండేవి.

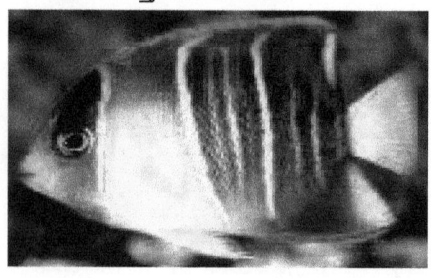

ఈ చెరువులోని, అంటే దగ్గరలోనే
ఒక తెలివైన ఎండ్రగబ్బ కూడా
నివసించేది.
ఈ ఎండ్రగబ్బ ఫ్రెండ్స్
ఎవరంటే, ఈ చెరువులోని చిన్న
చిన్న చేపలు, కొన్ని పెద్ద సైజు
చేపలు.

ఇది ఇలా ఉండగా ఒక కొంగ ప్రతీ
రోజు ఈ చెరువు దగ్గరకు వచ్చి
మంచినీళ్లు త్రాగుతూ ఉండేది.

ఈ కొంగ చాలా దుష్టబుద్ధి కలది.
అనేక తక్కు టమారములు
కలది.
అన్ని జిమ్మిక్స్ వేసేది.

ఎలా, ఎవరిని చంపి తిని తన
ఆకలిని తీర్చుకోవాలో,
కొంటెబుద్ధితో ఆలోచించేది.
ఈ కొంగకు చేపలను తినాలంటే
చాలా ఇష్టం.
ఇలా కొంతకాలం గడిచింది.

ఈ కొంగ ఒక ప్లాన్ వేసింది.
అది ఏమిటంటే, ఒకరోజు ఈ
చెరువు దగ్గరకు ఈ కొంగ వచ్చి,
ఏడుస్తూ వుంది.
అప్పుడు, ఈ చెరువు దగ్గరనే
వున్న ఎండ్రగబ్బ, ఈ కొంగ
ఏడుపును చూసి, కొంగ దగ్గరకు
వచ్చి, అన్నది.

ఏమి కొంగ మిత్రమా, ఎందుకు
ఏడుస్తున్నావు.
అసలు ఏడవడానికి నీకు ఏమి
కష్టం వచ్చింది.
నాతో చెప్పి ఏడువు, అంది ఈ
ఎంద్రగబ్బ.

అప్పుడు ఈ కొంగ అన్నది, ఈ
ఎంద్రగబ్బతో.
యిప్పుడు కరువు వచ్చేసింది.
నీళ్లు ఎండిపోతున్నాయి.
వర్షాలు ఈ ప్రాంతంలో లేవు.
అనవసరంగా ఈ చెరువులోని
చేపలు అన్నీ నీళ్లు లేక
మీరందరూ చనిపోతారు.
నాకు చాలా బాధగా వుంది.
ఏమి చేయాలో తోచడంలేదు.
ఈ చెరువు అతి త్వరలో
ఎండిపోనున్నది.

నువ్వు, ఈ చేపలు అన్నీ అతి
త్వరలో చనిపోతారు, అని అంది
కొంగ, ఈ ఎంద్రగబ్బతో..

అప్పుడు ఈ ఎండ్రగబ్బ కొద్దిసేపు ఆలోచించి, మరుసటిరోజు ప్రొద్దున్న తన మిత్రులయిన చేపల దగ్గరకు వెళ్లి ఈ కొంగ చెప్పిన విషయాలన్నీ చెప్పింది. ఎండ్రగబ్బ యింకా చెప్పింది.

మీరందరూ అతి త్వరలో ఈ చెరువుని ఖాళీ చేసి వేరే చెరువు దగ్గరకు వెళ్లి పోవాలి.

ఈ విషయంలో నాకు తెలిసిన కొంగ మీకు కావలసిన సహాయం చేయగలదు.
ఎండ్రగబ్బ కూడా ఈ కొంగ సహాయం అడిగింది.

కొంగ సరేనంది.

ఈ కొంగ లో దుష్టబుద్ధి
బయటపెట్టుకోలేదు.
ఈ కొంగ ఒక టైం గురించి వైట్
చేస్తూ వుంది.

ఈ కొంగ అంది.
ఈఅడవిలో వేరొక ప్లేసులో ఒక
చెరువు ఉంది
అక్కడ చెరువు ఎప్పోకుడూ ఎండి
పోదు, అన్నది ఈ కొంగ,
ఎండ్రగబ్బతో.
నేను నా వీపు మీద ఈ
చేపలన్నిటిని ఎక్కించుకుని
అవతల వున్న చెరువులో
వేస్తుగానూ, అన్నది ఈ దుష్టబుద్ధి
కొంగ.

అనుకున్నట్టుగానే ఈ కొంగ ప్రతీ
రోజు ఒక ఐదు చేపలను మాత్రమే
తన వీపు మీద ఎక్కించుకుని
తీసుకుని వెళతానని ఈ యేండ్ర
గబ్బకి చెప్పింది.
సరేనంది ఈ పిచ్చి ఎండ్రగబ్బ.

అలా వీపు మీద ఈ కొంగ ప్రతీ
రోజు ఐదు చేపలను
ఎక్కించుకుని, ఒక ప్రదేశానికి
తీసుకువెళ్లి, అన్ని చేపలను
తింటూ వుంటుండేది.

అన్ని చేపలు ఆ చెరువులో ఖాళీ
అయిపోయాయి.

యిప్పుడు ఈ ఎండ్రగబ్బ వంతు
వచ్చింది.
ఈ ఎండ్రగబ్బ, ఈ కొంగ వెనుక
కూర్చుంది.
ఈ కొంగ కాలిలో యెగిరి, ఏ
ప్రదేశంలో అన్ని చేపలను చంపి
ఈ కొంగ తిన్నాడో అదే ప్రదేశానికి,
ఈ ఎండ్రగబ్బని కూడా తీసుకొని
వెళ్ళింది.

ఈ ఎండ్రగబ్బకి చేపల వాసన,
యెముకలన్నీ క్రిందపడినవి
అన్నింటిని చూసింది.

అనుకుంది ఈ ఎంద్రగబ్బ.
ఓహో,కే ఇదా సంగతి.
ఈ కొంగ చేసిన పని.
అన్ని చేపలను ఈ కొంగానే
తినేసింది.
దొంగ కొంగ , దుష్ట కొంగ.
ఈ ఎంద్రగబ్బ కోపంతో
ఊగిపోయింది.
నా స్నేహితులయిన
చేపలన్నింటిని చంపి తినేసింది,
ఈ నక్కజిత్తుల కొంగ.
ఈ కొంగకు పోయేకాలం వచ్చింది.
ఈ కొంగ పని పాడుతా.
నా చేతిలో ఈ కొంగకు మూడింది
ఇవాళ.
ఈ కొంగుని ఇక బ్రతకనివ్వను,
అనుకుంది, ఈ ఎంద్రగబ్బ.

అమాంతం, సమయం
చూసుకుని, ఈ ఎంద్రగబ్బ, కొంగ
మెడను అంటే పీకను గట్టిగా
కరాచీ పట్టుకుని, నమిలి నమిలి
చంపేసింది ఈ కొంగను.

ఇంకేముంది.
ఈ కొంగకు గాలి ఆడక అమాంతం
చచ్చిపోయింది.

కానీ ఏమిలాభం.
ఈ ఎండ్రగబ్బ స్నేహితులు
అయినా చేపలు అన్నీ
చనిపోయాయి.

ఏదోవిధంగా, ఈ యాండ్రగబ్బ,
తనపాట చెరువుకు కిందా మీదా
పడి చేరుకుంది.
ఆ చెరువు దగ్గరే జీవితాంతం
ఉండిపోయింది.
చివరిఫేకు వయసుమళ్ళి
చనిపోయింది.

=========

12 మాట్లాడే రెండు ఎద్దుల

(The Two Speaking Bulls)

నీతి:

మంచితనానికి విలువలేదు.
మూర్ఖులవలన, వారికే కాకుండా
వేరే వాళ్ళు కూడా నష్టపోతారు.
ఎద్దుల వలన రైతులు లాభం
కాదు కదా చాలా నష్టపోతారు.
ఒక మతిలేని రైతు వలన,
ఎద్దులు మాట్లాడేవి మాట్లాడటం
మానేశాయి.
పాత రోజులలో ఎద్దులు
మాట్లాడుకునేవి.
రైతుకు మతిలేక, చాలా
నష్టపోయాడు.
ఆస్తులు అమ్ముకున్నాడు.

ఈ కథ పాతరోజులలో జరిగినది.
ఆ రోజులు వేరేగా ఉండేవి.
ఈ రోజులు వేరేగా వున్నాయి.

ఒక పొలం ఉండేది.
ఆ పొలంలో రెండు ఎద్దులు ఉండేవి.
ఈ రెండు ఎద్దులు చాలా కష్ట పాడేవి.
రైతు ఈ ఎద్దులను బాగా చూసుకునేవాడు.

చాలా ప్రేమతో వాటిని
చూసేవాడు.
అందరు ఏంటో కష్ట పది పని
చేసేవారు.
ఆ రోజులు ఎలా ఉండేవంటే, ఈ
ఎద్దులు కూడా మాట్లాడుకునేవి.
ఆ ఎద్దులుకూడా, ఈ రైతుకు
అనేక సలహాలు అనేక సార్లు
ఇచ్చేవి.

ఆ రైతు ఈ రెండు ఎద్దులు చాలా
హ్యాపీ గా ఉండేవి.
రైతు ఈ ఎద్దులని చాలా
ఆప్యాయంగా చూసుకొని చాలా
మంచి కేర్ తీసుకునేవాడు.

అప్పుడు ఈ ఎద్దులు
అనుకున్నాయి.
ఏమంటే, మా హెల్ప్ లేకుండా,
ఈ రైతు ఏ పని చేయలేదని.

ఈ రైతు మన ఇద్దరి మీద చాలా
భరోసాగా ఉండి డిపెండ్

అయ్యాడు, అని అనుకున్నాయి
ఈ రెండు ఎద్దులు.

ఇలా అనుకుని, ఈ ఎద్దులు చాలా
సోమరితనంతో ఉండేవి.

ఒక రోజు ఈ రైతు అనుకున్నాడు.
గోధుమల కాలం
అయిపోయిందని, చాలా కష్ట
పడాల్సి వస్తుందని.
ఇప్పుడు నేను కష్టపడి పని
చేయాలి, అని అనుకున్నాడు
రైతు.
రైతు ఈ రెండు ఎద్దులని
తెల్లవారి ఝామునుంచే పని
చేయించేవాడు.

ఈ ఎద్దులు పని చేయడం
ప్రారంభించాయి.
అసలు రెస్టు లేకుండా
పనిచేస్తున్నాయి.

ఎద్దులు అనుకున్నాయి.

ఎందుకు ఈ రైతు మనలని పని
చేయిస్తున్నాడు.
ఎండలు మానని కష్ట
పెడుతున్నాడు.
మన సలహాలు ఎందుకు
తీసుకోవడంలేదు, అని
ఆశ్చర్యపోయాయి.

కొద్దీ సేపయినా తరువాయ ఈ
ఎద్దులకు చాలా దాహం వేసింది.
రైతుతో చెప్పాయి. రైతన్నా
మాష్టారు, మాకు చాలా దాహం
వేస్తోంది.

కొద్దిసేపు మేము రెస్టు
తీసుకుంటాము.
కొంచం మంచినీళ్లు త్రాగుతాము,
అని అఙ్గాయహి ఈ రెండు
ఎద్దులు, రైతుతో.
కానీ రైతు ఈ ఎద్దుల మాటలను
వినిపించుకోలేదు.

నాకు త్వరగా పని చేయాలి.

తొందర తొందరగా మీరు పని
చేయాలి.
నేను మిమ్మలను రెస్టు
తీసుకోవడానికి ఒప్పుకోను.
పని నాకు త్వరగా చేసి పెట్టాలి.
మీరు పొలం దున్నాలి.
నేను ఊరుకోను.
మీకు రెస్టు ఇవ్వను.

మధ్యాన్నం సమయం.
చాలా ఎండగా ఉంది.
ఈ ఎద్దులకు చాలా దాహం
వేసింది.
చాలా అలసిపోయాను.
రైతుని రిక్వెస్ట్ చేశాయి.
దాహం వేస్తోంది, కొంచం
మంచినీళ్లు త్రాగడానికి
ఇవ్వమని.

రైతు ఈ ఎద్దుల మాటలని
వినలేదు.
మంచినీళ్లు త్రాగనివ్వలేదు.

అసలు ఈ రైతు, ఎద్దులమాట
వినలేదు.

ఈ ఎద్దులకి చాలా కోపం
వచ్చింది.
కాబట్టి మనం ఈ రైతుతో
మాట్లాడొద్దు.

ఈ రోజునుండి మనం రైతుతో
అసలు మాట్లాడ వద్దు, అని
అనుకున్నాయి, ఈ రెండు
ఎద్దులు.

అప్పటినుండి, ఈ ఎద్దులు
మాట్లాడటం మానేశాయి.
అసలు ఎవరితోనూ మాట్లాడ
కూడదు అని ఎద్దులు
అనుకున్నాయి.

దీంతో ఈ రైతు చాలా
నష్టపోవాల్సి వచ్చింది.

----

13 ఎలుకలు ఏనుగులు
(Rats and Elephants story)

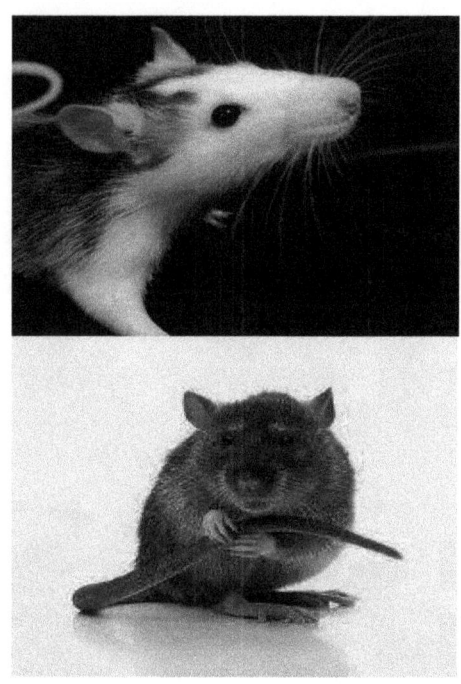

నీతి:

కంద కావరములు కల ఏనుగులకు తెలివి నేర్పిన ఎలుకలు.

మదించిన ఏనుగులకు, బుద్ధి ఇచ్చిన జాతులు.
గర్వ భంగము చేసిన ఎలుక జాతి.
బలంలేని వారైనా బలవంతులను రక్షించగల చాక చక్యం, తెలివి తేటలు కల చిట్టి ఎలుకలు.
ఎవరితో కానీ పనులు కూడా కొన్ని సార్లు చాలా చిన్న వారితో అవుతుంటాయి.
అందుకే చిన్న వారిని నిర్లక్ష్యం చేయకూడదు.

పిల్లలు, వినండి.
యిది ఒక మంచి కథ.
ఒకానొకప్పుడు, ఒక సమయంలో, ఒక చోట కొన్ని పెద్ద సైజు అక్కరాలు కల ఏనుగులు ఉండేవి.

ఈ ఏనుగులు చాలా, బలంగానూ, దృఢంగానూ,చాలా అర్రోగాంట్

గాను, అంటే కాసురుకాను,
విసుగ్గాను,ఎం ఉండేవి.

ఈ ఏనుగుల భీభత్సంగా
అన్నింటినీ పీకి పందిరి వేసేవి.
అంటే ఏది అడ్డు వస్తే వాటిని
నాశనం చేసేవి అన్నింటినీ పాడు
చేసేవి.

ఆ అడవిలోని జంతువులూ
అన్నీకూడా చాలా భయపడేవి, ఈ
మొండి ఏనుగులకు.

ఈ ఏనుగులు అతి భయానకరంగా
ప్రవర్తించేవి.

అది ఒక ఎండాకాలం.

వర్షాలు లేవు.

నీళ్లు లేవు త్రాగడానికి.

అన్ని నదులు, చెరువులు ఎండి
పోయాయి.

ఒక ఏనుగు అనాది, వేరొక
ఏనుగుతో.

నాకు ఒక చెరువు తెలుసు.

కొన్ని మైళ్ళ దూరంలో వుంది ఆ
చెరువు.

ఆ చెరువులో నీళ్లు ఉంటాయి.

మనం దాహం తీర్చుకోవచ్చు.

మనం అక్కడకు వెళ్దాము.

చెరువులో నీళ్లు మనకు
కావలసినన్ని త్రాగవచ్చు,
అన్నది ఒక ఏనుగు రాజా వారు.

ఆ చెరువు దగ్గర ఎక్కడైతే నీళ్లు
ఉన్నాయని కున్నాయువు,
అక్కడ చాలా ఎలుకలు
వున్నాయి.

ఆ ఎలుకలు అన్నీ డాన్సు
చేస్తున్నాయి.
ఎగురుతున్నాయి.
గంతులేస్తున్నాయి.
ఆడుతున్నాయి.

ఎలుకలు డాన్సు చేస్తాయా, అని
మీ సందేహం.
అవును ఆ చెరువు దగ్గర, ఆ
అడవిలో ఎలుకలు డాన్సు
చేయకపోతే, పిల్లలూ మరి ఎవరు
డాన్సు చేస్తారు.

కాబట్టి ఎలుకలే వాటికి తోచినట్లు
డాన్సులు చేస్తున్నాయి.
ఏనుగులు అతి భయంకరంగా,
ఫాస్టుగా , కేర్ లెస్ గా, తొందరగా,
పరిగెతుకుంటూ వచ్చి ఆ
చెరువులో మంచినీళ్లు
త్రాగాలనుకున్నాయి, ఏనుగులు.

ఈ విధంగా వస్తూ ఉంటే,
ఏనుగుల కాళ్ళ క్రింద కొన్ని

ఎలుకలు పడి, నలిగి,
పచ్చడయిపోయి చనిపోయాయి.

అప్పుడు ఆ ఎలుకల రాజావారు
చాలా బాధపడింది.
అనుకుంది ఈ ఎలుక రాజావారు.

ఈ ఏనుగులు చాలా ఉద్ధృతంగా
ఉన్నాయని.

నేను ఆ ఏనుగుల రాజా వారితో
మాట్లాడుతాను, అనుకోంది.
లేకపోతె, మన తోటి ఎలుకలన్నీ
పచ్చడి, పచ్చడి అయిపోయి
ఏనుగుల కాళ్ళ క్రింద పడి
చనిపోవాల్సి వస్తుందని.

అప్పుడు ఎలుక రాజావారు,
ఏనుగుల రాజా వారి దగ్గరికి
వెళ్ళింది.

ఓ పెద్ద ఏనుగు మాహారాజా, మేము
ఈ చెరువు దగ్గర కొన్ని

సంవత్సరాలుగా యిక్కడ
నివాసముంటున్నాము.
కానీ, మీ వలన, మా చాలా యిల్లు
ద్వంసమయ్యాయి, ఇరిగి
పోయాయి, నేలమట్ట మయ్యాయి,
అని చెప్పింది, ఎలుక రాజా వారు,
ఆ ఏనుగు మహారాజా వారికి.

చాలా జాగ్రత్తగా వుండండి.
యిది మా ఏరియా, మా
సాల్మ్యము. మానివాసాలు యిక్కడ
వున్నాయి, అంది ఎలుక
మహారాజా వారు.

మేము, మీకు కొని సమయాలలో
ఉపయోగపడుతాము.
ఆలోచించుకోండి, ఏ సంగతో
చెప్పి మాకు కూడా తోడుగా
వుండండి, అన్నది, ఎలుక
రాజావారు.

అప్పుడు, ఏనుగు మహారాజావారు
చాలా గంభీరంగా, చాలా

భయంకరంగా, చాలా గట్టిగా,
చాలా భంవేసే విధంగా, నవ్వింది,
హ, హ, హ, హ.

ఎలా, ఈ చిట్టి ఎలుకలు మాకు
ఉపయోగ పడతాయని,
మీ వలన మాకు హెల్ప్ కానీ,
ఉపకారము కానీ, ఏమి
అవుతుంది, అని ఏనుగుల
రాజావారు గట్టిగా నవ్వింది.

కానీ, మా మిత్ర బృందంలో కల
ఏనుగులకు చెపుతాను.
చాలా కేర్ఫుల్ గా ఉండమని,
అంది యెను రాజావారు.

చాలా కలం గడిచింది.
ఒకరోజు, ఈ ఏనుగు రాజావారు,
ఒక వలలో చిక్కుకు పోయింది.
అడవిలో వేటలాడడానికి వచ్చిన
వెటకాడు వాలా పన్ని, ఏనుగు
రాజాని బంధించాడు.

అన్ని తాదులతో ఈ ఏనుగును
కట్టేసాడు.
కాళ్ళనికూడా కట్టేసాడు.
ఏనుగు రాజావారు ఏడ్చారు.
ఏమి చేయలేని పరిస్థితి.
తప్పించుకోలేక పోయింది.
ఏడుస్తూ కూర్చింది.

ఈ ఎలుకలు, ఈ ఏనుగు రాజా
వారి అరుపులను, ఏడ్పులు
విన్నవి.

అనుకుని అన్నీ ఎలుకల
బృందం మొత్తం, ఎలుకల గ్రూప్
అన్నీ కలిసి ఈ ఏనుగులు వుండే
చెరువు దగ్గరకు వచ్చాయి.
చూస్తే, ఏనుగు రాజావారు
ఉచ్చులో ఇరుక్కున్నారు.
ఏమి చేయలేక గిల గిల
లాడుకుంటున్నారు.
దీనావస్థలో వున్నారు, ఈ ఏనుగు
రాజావారు.

ఆ ఎలుక రాజావారు చెప్పింది.
ఓ ఏనుగు మహాశయా, మేము
వున్నాము.
బాధపడకు.
తృటిలో నిన్ను చేరనుంది
విడిపిస్తాము.
చూసుకో మా తడాఖా, అంది
ఎలుక మహారాజు.

అన్ని ఎలుకలకు, ఈ ఎలుకరాజు
ఒక ఆర్డర్ జారీ చేసింది.
చూడండి ఎలీజాకియు, అన్నీ
తాళ్లను కొరికేయండి,
తెంపేయండి.

ఈ ఏనుగు మహా రాజునూ
విడిపించండి అని ఆర్డర్
యిచ్చింది, ఎలుక రాజు.
ఈ ఆర్డర్ రాగానే, అన్ని తాళ్లను
తెంచేశాయి అన్ని ఎలుకలు
కలిసి.

ఏనుగు మహారాజును, చేరనుంది
బంధాల నుండి, ఈ ఎలుకలు
విడిపించాయి.
అప్పుడు ఏనుగు మహారాజు ఈ
ఎలుకలకు థాంక్స్ చెప్పింది.

అప్పటినుండి నేను కానీ, మా
ఏనుగుల గ్రూపులు కానీ,
మిమ్మల్ని కానీ ఏ జంతువులను
బాధ పెట్టాము, అని
తీర్మానించడమయినది.

అందరూ హ్యాప్పీస్.
అన్ని జంతువులూ ఆ అడవిలో
కలిసి మెలిసి నివసించడం
అయినది.

===========

14 గాడిద, సింహం వేషధారణ
(Donkey in Lions Skin)

నీతి:

మోసం చేయకూడదు.
మోసం చేస్తే చాలా దెబ్బలు
తినాల్సి వస్తుంది.
పనిషమెంట్లు ఇస్తారు.
మోసం చేసేవారు ఎల్లకాలం
తప్పించుకోలేరు.
అల్లాంటిది ఒక గాడిద కథ.
ఎవరు కానీ, ఏ జంతువుకానీ,
ఎవరు ఎవరిలా ఉండాలో
అలాగే ఉండాలి.

మోసానికి ప్రతిఫలం,
అడ్డగోలుగా చాలా దెబ్బలు
తినడం, ఊరినుండి కూడా
వెలివేస్తారు.
కొన్నిసార్లు చంపేస్తారు కూడా.
అలాంటిదే ఈ గాడిద కథ.

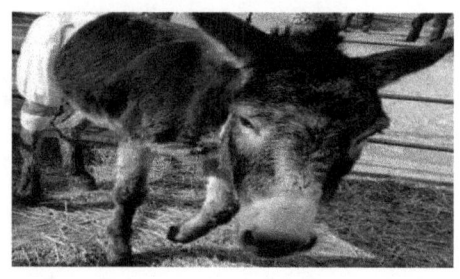

ఒకానొకప్పుడు, ఒక ఊరిలో ఒక
పిసినారి రైతు ఉండేవాడు.
అలా కాలం గడుపుతూ,
అష్టకష్టాలు పడుతూ వున్నాడు.
ఈ రైతుకు ఒక చిన్న గాడిద
ఉంది.
రైతు ప్రతీ రోజు, ఈ గట్టిగాతో
ఎక్కువ పనులు, చాకిరీలు
చేయించుకుంటూ ఉన్నాడు.
గాడిద చాలా కష్టపడేది.

ఎక్కువ బరువులు మోసేది.
తిండి తక్కువ, బరువులమోత
ఎక్కువ.
గాడిద చాలా బాధపడుతూ
ఉండేది.
గాడిదకు ఏమి చేయలేని పరిస్థితి.
ప్రతీరోజు గాడిద ఏడ్చేది.
చూసే వాళ్లకి చాలా బాధ
కలిగించేది.
గాడిద చాలా నీరసంగా
అయిపోయింది.
చివరకు, పొలంలో పనులు
చేయడం మానేసింది.
పనులు చేయలేక పోయింది.

రైతు చాలా అయోమయంలో
పడ్డాడు.,
చాలా వర్రీ అవుతూ ఉన్నాడు.
రైతు అనుకున్నాడు, నేను ఇంకొక
గాడిదను కొనాలంటే డబ్బులు
ఖర్చు అవుతాయి.
నా దగ్గర అంట డబ్బులేదు, అని
చాలా బాధ పడ్డాడు.
ఏమి చేయాలి, ఏమి చేయాలి అని
అనుకున్నాడు రైతు.

రైతు చాలా ఆలోచించాడు.
యిలా కొంత కాలం గడిచింది.
రోజులు గడుస్తున్నాయి.
అంటా అయోమయంలో రైతు
ఉన్నాడు.

ఒక రోజు, తన పోలంకి వెళ్తుండగా,
ఒక చనిపోయిన సింహం, రైతు
చూసాడు.

ఒక ఆలోచన, రైతుకు వచ్చింది.
అదేమిటంటే, నేను కనుక ఈ
సింహం చర్మాన్ని, ఈ గాడిదకు
తొడిగిస్తే బాగుంటుంది.

అప్పుడు ఈ గాడిద, వూళ్ళో
వున్నా జనాల యింట్లో పది,
మంచిగా మేయవచ్చు.
తిండి తిని నా గాడిద ఉంటుంది.
అప్పుడు మంచిగా ఈ గాడిదతో
అన్ని బరువు పనులు
చేయించుకోవచ్చు.
డబ్బులు మిగల్చవచ్చు.
కొత్త గాడిదను కొనకుండా
ఉండవచ్చు.

అని ఈ రైతు అనుకున్నాడు.

నేను ఈ గాడిదకు ప్రతీ రోజు
తిండి పెట్ట అవసరముండదు,
అనుకున్నాడు రైతు పిసినారి.

అనుకున్న వెంటనే, ఈ పిసినారి
రైతు ఈ చనిపోయిన సింహం
యొక్క చర్మాన్ని తీసి, తన
ఇంటికి తీసుకుని వెళ్ళాడు.

మరునాడు, ఈ సింహం చర్మాన్ని
ఈ గాడిదకు తొడిగాడు రైతు.
అచ్చం, సింహంలా గుంది.
కానీ లోపల గాడిద.
అన్ని గాడిద లక్షణాలు.
అరుపులు గాడిదవి.
అలా ఈ గాడిదను ఊరి మీదికి
పంపాడు, ఈ పిసినారి రైతు.

ఈ గాడిద రూపంలో వున్నా
సింహం అందరి కార్డెన్లలో కి వెళ్ళి

అంటా కడుపునిండా ఈ గాడిద
తినసాగింది ప్రతీ రోజు.
చాలా గార్డెన్లు పాడుచేసింది ఈ
గాడిద రూపంలో ఉన్న సింహం.

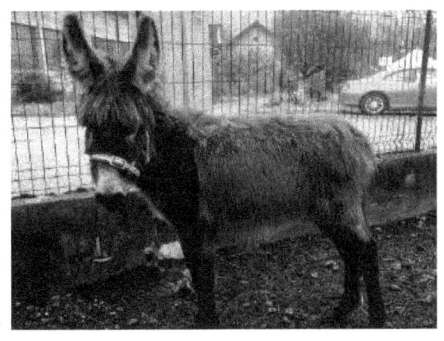

ఈ గాడిద తన పాత పొలంకు
వచ్చింది.
చాలా దృడంగా తయారు
అయింది.
బలంగా ఉంది.
చాలా హెల్త్యీ గా ఉంది.
చాలా మదమెక్కి ఉంది.

రైతు, అంటే ఈ పిసినారి రైతు ఈ
గాడిదను ప్రొద్దున్నుంచి
సాయంతరం వరకు పని

చేయించుకుని, రాత్రి వేళలో
సింహం రూపంలో ఈ గాడిదని
వదిలేవాడు, ఈ పిసినారి రైతు.

ఈ విధంగా కొంతకాలం సాగింది.
ఈ తతంగం అంతా ఈ పిసినారి
రైతుకు చాలా ఆనందం
కలిగించింది.
ఎందుకంటె తన ప్లాన్ సక్సెస్
అయినందుకు.

ఈ గాడిదకొడా చాలా హ్యాపీ గా,
చాలా ఆనందంగా ఉంది.

అనుకుంది ఈ గాడిద.
ఆహ, నేను చాలా ఎంజాయ్
చేస్తున్నాడు.
నాకు చాలా సంతోషంగా ఉంది.

అప్పుడు అనుకుంది, తనలో
తాను ఈ మతిలేని గాడిద.

ఎవరి యింట్లోనైనా దూరి బాగా
మెక్కి హాయిగా ఒక పాట పాడాలని
అనుకుంది, అతి ఆనందంలో.

యిట్లా, ఒక యింట్లో పాత పాద
సాగింది ఈ పిచ్చి గాడిద.
బుర్రలేని గాడిద.
మతిలేని గాడిద.

గాడిద పాడుతుంటే చాలా పెద్దగా
అందరి ఊరి ప్రజలు
వినిపించింది/

ఆ ఊరి ప్రజలు అందరు
గమనించారు.
యిది సింహం కాదు.
కాదిది అని.
ఇక చూస్కో.
ఎయిరా దెబ్బ.
కొట్టండిరా ఈ గాడిదను.
ఉతకండిరా ఈ మోసగాడి
గాడిదను.

చాలా ఉతికి ఆరేశారు ఈ
గాడిదను.
సింహం చర్మాన్ని గాడిదనుండి
తీసేసారు.

ఊలో ప్రజలు అన్నారు.
ఓ గాడిదా, మమ్మల్ని చాలా
మోసం చేసావు.
చాలా భయపెట్టావు.
మమ్మల్ని చాలా ఇబ్బంది
పెట్టావు.
అని కోపంతో ఈ గాడిదను బాగా
బట్టలుతికినట్లు ఉతకసాగారు.

గాడిద ఏడ్చింది.
అరిచింది.
కళ్ళుతిరిగి క్రింద పడిపోయింది.
చాలా దెబ్బలు తినింది.
చాలా వాటాలు పడ్డాయి.

బాగా చితగబట్టి ఆ గాడిదను ఈ ఊరినుండి తరిమేశారు.

చూసారా తమ్ముళ్లూ చిన్నపిల్లల్లో, మోసం చేస్తే ఎలా దెబ్బలు పడుతాయో.

ఎవరు ఎవరిని మోసం చేయకూడదు.
ఎవరిమానాన వారు ఉండాలి.
ఎవరిని మోసం నీవు చేస్తే, వేరేవారుకూడా నిన్ను మోసం చేస్తారు.
ఎవరిని ఏడిపించకూడదు.
ఎవరితోనూ కొట్లాడకూడదు.
ఎవరితోనూ విరోధం తెచ్చులకోకూడదు.
ఎవరితోనూ శత్రుత్వం ఉండకూడదు.
ఎవరిని హింసించరాదు.
ఎవరిని కష్ట పెట్టకూడదు.
ఎవరికి అత్యాశ ఉండరాదు.

======

15 ఈర్ష్యగల స్నేహితుడు - ఎలుగుబంటి

(Selfish Friend and the Bear)

నీతి:

స్వార్థం, ద్వేషం, ఈర్ష, స్వలాభం వున్నా వారితో తిరగరాదు.
స్నేహం చేయరాదు.
అందరు, అన్ని విధాలా జాగ్రత్తగా ఉండాలి.

మంచివారు ఎవరో, చెడువారు
ఎవరో తెలుసుకోవాలి.
స్వార్థం, ద్వేషం, ఈర్ష్య,
కలవారితో దూరంగా ఉండాలి.
చెడువారితో స్నేహం,
ప్రాణానికే ముప్పు.
మనం ప్రతీ సారి మంచిని
ఆలోచించాలి.
చెడువారికి దూరంగా ఉండాలి.

చాలా రోజుల క్రిందట యిద్దరు
స్నేహితులు ఉండేవారు.
ఒకరు రాము; ఇంకొకరు ఢుంబు.

అనుకున్నారు వీరిద్దరూ.
మనం ఎప్పుడు కలిసి మెలిసి
ఉండాలి.
మనలో మనం కించ పరుచుకో
కూడదు.
మనకి ఈర్ష్యలు వుండకూడదు.
మనం కొట్లాడుకోకూడదు.,
మనం ఏపని చేసినా, మనం
కలిసి ఉందాం.

ఒకరిని చిన్న పరచుకోకూడదు,
అని అనుకున్నారు, రాము,
డుంబు.

ఒకరోజు, రాము-డుంబు
అనుకున్నారు.
మనం టౌన్ కి వెల్దాము.

వాళ్ళు, వాళ్లకి సామానులు, బగ్గగె
బట్టలు, కావలసినవన్నీ
సర్దుకున్నారు.

బయల్దేరారు, రాము, డుంబు.
టౌన్ చాలా దూరం కింది.
నడచి పోవాలి.
చాలా సమయం పడుతుంది.
టౌన్ కి వెళ్లాలంటే అడవి
మార్గంలోంచి వెళ్ళాలి.

అడవి అంటే తెలుసుకదా
అందరికి.
అనేకమైన క్రూర జంతువులూ
ఉంటాయి, అనిమల్స్ ఉంటాయి,

పులులు, సింహాలు,
ఎలుగుబంట్లు, నక్కలు, జింకలు,
ఏనుగులు, పాములు, తేళ్లు,
యింకా ఎన్నెన్నో అతి క్రూర
జంతువులూ, ప్రాణహాని కలిగించే
జంతువులూ ఉంటాయి.

ఈ అడవిలో, ఎక్కువ
ఎలుగుబంట్లు వున్నాయి. యివి
బ్రతికున్న మనుషులను చంపి
తింటాయిహై.
చాలా క్రూరాతి క్రూరంగా ఈ
ఎలుగుబంట్లు ఉంటాయి, ఈ
అడవిలో.

డుంబు అన్నాడు రాముతో.
మనం అతి జాగ్రత్తగా ఉండాలి.
చాలా కేర్ఫుల్ గా, అలెర్ట్ గా
ఉండాలి.

అవును డుంబు, అవును
అన్నాడు రాము.
చాలా భయంతో డుంబు, రాము,
ఈ అడవిలో మెల్లి మెల్లిగా
నడవసాగారు.
వీళ్ళకి ఒక ఎలుగుబంటి ఎదురు
పడ్డది.
ఈ ఎలుగుబంటి చాలా పెద్దది.

చాలా భయానకంగా వుంది.
ఈ ఎలుగుబంటిని చూస్తే,
అందరు భయపడతారు.
ఎలుగుబంటి గోళ్లు చాలా పెద్దవిగా
వున్నాయి.

ఎలుగుబంటి అరవసాగింది.
డుంబు, రాములను చూసి.
దాడి చేయడానికి ఈ ఎలుగుబంటి
రెడీగా వుంది.

డుంబు భయంతో, దగ్గరలో
వున్నా చెట్టు ఎక్కేసాడు.
ఎలుగుబంటి చెట్టు ఎక్కలేదు.
డుంబు మర్చిపోయాడు రాము
గురించి.
రాముకి తెలియదు చెట్టు
ఎక్కడం.
డుంబు చూస్తోవున్నాడు.
రాము గగ్గరకు ఎలుబంతి
వచ్చింది.

రాము, డుంబు గురించి చూసాడు.
డుంబు చెట్టు మీద ఉన్నాడు.
రాము అనుకున్నాడు, ఈ డుంబు
నన్ను వదిలేసి చెట్టు ఎక్కాడు.

యెంత స్వార్ధం.
యెంత సెల్ఫిష్.
అని మనసులో అనుకున్నాడు
రాము.
నేను యిప్పుడు ఏమి చేయాలి,
రాము తన మనసులో
అనుకున్నాడు.

పరిగెత్తి పోవాలంటే, ఎలుగుబంటి
రాము దగ్గరలో వుంది.
రాము తప్పించుకోలేడు.

రాముకి ఒక ఆలోచన వచ్చింది.
రాము వాళ్ళ నాన్న చెప్పిన
విషయం.
ఒకప్పుడు రాము వాళ్ళ నాన్న
చెప్పాడు.
అది ఏమిటంటే.

ఎలుగుబంట్లు చనిపోయిన
శవాలను పీక్కు తినవు.
చనిపోయిన వాటి దగ్గరకు,
ఎలుగుబంట్లు వెళ్లవు.
ఈ విషయం రాము బుర్రలో
తళుక్కు మని మొదలైంది.
రాముకి తండ్రి అన్నాడు
ఒకప్పుడు.
ఎప్పుడైనా ఎలుగుబంట్లు నుండి
తప్పించుకోవాలంటే,
చనిపోయినట్లు నటించు.

అదేవిధంగా రాము, ఈ
ఎలుగుబంటి ముందు పడుకొని,
చనిపోయినట్లు ఆక్షన్ చేసాడు.
కొద్దిసేపు శ్వాస తీసిజిజైబ్డా ఐఓడీ,
ఎందుకంటె తనను త్రాను
రక్షించుకోవాలని.

యిలానేచేసాడు రాము.
ఎలుగుబంటి రాము దగ్గరకు
వచ్చి వాసనా చూసింది.

రాము, కదలలేదు, చూడలేదు,
మెదలలేదు.
శ్వాసను, రాము బిగబట్టి
ఉంచాడు.
డుంబు యివన్నీ
చెట్టుమీదనుండి చూస్తున్నాడు.
ఎలుగుబంటి రాము మొహం
దగ్గర చెవుల దగ్గర వాసనా
చూసింది.
అలుకు, పలుకు లేదు రాముకు.
ఎలుగుబంటి, యిది చనిపోయిన
మృతదేహం అని అనుకుంది.
కొద్దీ సేపయినా తర్వాత
ఎలుగుబంటి వెళ్ళిపోయింది.
డుంబు, చెట్టుమీదనుండి,
క్రిందకు దిగాడు.
ఎలుగుబంటి రాముకు ఏదో
చెవులో చెప్పింది అనుకున్నాడు
డుంబు.
కొద్దీ సేపయినా తర్వాత, రాము
లేచాడు.
హమ్మయ్య అనుకున్నాడు.

గండం గడిచింది అనుకున్నాడు
రాము.
కొద్దిసేపయినా తర్వాత రాము
తేరుకున్నాడు.
ఢుంబు అడిగాడు రాముని.
రాము,ఎం నీ చెవిలో ఆ
ఎలుగుబంటి ఏమి చెప్పింది,
అని.
రాము కొద్దిసేపు ఆలోచించాడు.
ఢుంబుకి ఏమి చెపితే
బాగుంటుందని.
రాము అన్నాడు, ఢుంబుతో.
ఎప్పుడు సెల్ఫిష్ ఫ్రెండ్స్ ని
నమ్మొద్దు, అంది ఎలుగుబంటి.

ఈర్ష్య, ద్వేషం, సొంత లాభం
పొందేవారిని కూడా నమ్మొద్దు.
అంది ఎలుగు బంతి.
అని చెప్పి, రాము అక్కడనుండి
ఢుంబుని వదిలేసి
వెళ్ళిపోయాడు.

ఇదర్రా ఒక కదా.

మీకు నచ్చిందా,

కాబట్టి మనం స్వార్ధం
వున్నవాళ్ళతో స్నేహం
చేయరాదు.
ఈర్ష్య, ద్వేషాలు ఉన్నవారితో
తిరగరాదు.

==========

పసందైన బాలల కథలు

రచన:

మంత్రిప్రగడ
మార్కండేయులు

పసందైన బాలల కథలు

MANTRI PRAGADA MARKANDEYULU, LITT.D.,
HYDERABD - INDIA

MANTRI PRAGADA MARKANDEYULU, Litt·D·,

Poet, Novelist, Song and Story Writer

B. Com, DBM, PGDCA, DCP,

(Visited Nairobi-Kenya, East Africa)

➢ The State of Birland (Birland Government–Bir Tawil) Representative at Hyderabad-India

- 2021 GOLDEN EAGLE WORLD AWARD WINNER FOR LITERARY EXCELLENCE, HISPAN WORLD WRITERS' UNION (UHE), Peru
- Gujarat Sahitya Academy and Motivational Strips LITERARY

EXCELLENCE Honour on the occasion of 75th India's Independence Day

- *Honoured with "A Royal Commemorative Peace and Humanity Award" by the "Royal Kutai Mulawarman Peace International Institute, Philippines"*
- *Royal Success International Book of Records 2019 Honour, Hyderabad-India*
- *Institute of Scholars (InSc) Research Excellence Award-2020, Bangalore (India)*
- *Gujarat Sahitya Academy and Motivational Strips 2020 Honour, Gujarat-India*
- *Hon. Doctorate in Literature from ITMUT, Brazil. (2019)*
- *Literary Brigadier Honour (2018) from Story Mirror, Mumbai, India*
- *Spotlight Superstar Honour (2018) from Story Mirror, Mumbai, India*
- *Golden Ambassador General for Development and Peace at World Peoples Forum @ TWPF/BTYA, Bangladesh*
- *State of Birland at Bir Tawil Recognized Poet*
- *RKMPII Nobility Award 2021*

- *RKMPII HEART OF GOLD NOBLES Honour Certificate 2021*
- *ISFFDGUN Internationally Accredited Certificate 2021.*
- *Dr. Sarvepalli Radhakrishnan Ratan Award 2021 – WHRC Honour*
- *Mahatma Gandhi Humanity Award 2021 – WHRC Honour.*
-

ADDRESS:

Plot No. 37, H. No. 1-6-53/1,
ANUPURAM, ECIL Post,
Hyderabad -500062
Telangana State (INDIA)
Email:
mrkndyl@gmail.com
mantri73@yahoo.com
Twitter: @mrkndyl68
Phone Nos.
+91-9951038802
Twitter: @mrkndyl6